இந்து காலண்டர் கலையிலிருந்து எழு ரகசியங்கள்

தேவ்தத் பட்டநாயக் கல்வியினால் மருத்துவர்; வேலையில் ஒரு தலைமைப் பொறுப்பு பற்றிய ஆலோசகர், ஆர்வத்தினால் புராணக்கதை ஆய்வாளர். இவர் கதைகளின், அடையாளங்களின், சடங்குகளின் அர்த்தங்கள் பற்றி எழுதுவதுடன், சொற்பொழிவுகளும் ஆற்றுபவர். முப்பது புத்தகங்கள் எழுதி உள்ளார். இதில் *இந்து காலண்டர் ஓவியங்களின் 7 ரகசியங்கள்,* (7 Secrets of Hindu Calendar Art, Westland), *Myth=Mithya: இந்து புராணங்கள் பற்றிய விவரங்கள் அடங்கிய கையேடு* (A Hand book of Hindu Mythology, Penguin), *ராமனின் புத்தகம்,* (Book of Ram, Penguin), *ஜெயா: படங்களுடன் விளக்கப்பட்ட மகாபாரதம்* (Jaya: An Illustrated Retelling of the Mahabharata, Penguin)

மேலும் விவரங்களுக்கு செல்லுங்கள் devdutt.com.

இந்து காலண்டர் கலையிலிருந்து எழு ரகசியங்கள்

தேவ்தத் பட்டநாயக்

தமிழில்: அ.நா.இராசாராம்
மிஸ்டிக்ஸ்ரைட்

W
MYSTICSWRITE
Content Developers & Editors

westland publications ltd

61, II Floor, Silverline Building, Alapakkam Main Road, Maduravoyal, Chennai 600095.

93, I Floor, Sham Lal Road, Daryaganj, New Delhi 110002.

First Published in English as *7 Secrets from Hindu Calendar Art* by westland publications ltd 2009

First Published in Tamil as *Hindu Calendar Kalaiyilirundhu 7 Ragasiyangal* by westland publications ltd 2017 in association with Mysticswrite Private Limited, Chennai

Copyright © Devdutt Pattanaik 2009

All rights reserved

10 9 8 7 6 5 4 3 2 1

ISBN: 9789386850270

Printed at Thomson Press (India) Ltd.

This book is sold subject to the condition that it shall not, by any way of trade or otherwise, be lent, resold, hired out, or otherwise circulated without the author's prior written consent, in any form of binding or cover other than that in which it is published and without a similar condition including this condition being imposed on the subsequent purchaser and without limiting the rights under copyright reserved above, no part of this publication may be reproduced, stored in or introduced into a retrieval system, or transmitted in any form or by any means (electronic, mechanical, photocopying, recording or otherwise), without the prior written permission of the copyright owner, except in the case of brief quotations embodied in critical articles or reviews with appropriate citations.

நான் மிகுந்த பணிவுடன் இந்த நூலை நூற்றுக்கணக்கான ஓவியர்களுக்கும் மற்றும் கலைஞர்களுக்கும், புனிதமான கலைகளையும், ஓவியங்களையும் சாதாரண மக்களுக்குச் சுலபமாகக் கிடைக்கச் செய்ததற்கு காணிக்கையாக வைக்கிறேன்.

பொருளடக்கம்

மொழிபெயர்ப்பாளர் குறிப்பு	vii
ஆசிரியரின் குறிப்பு	ix
1. கணேசனின் ரகசியம்	1
2. நாராயணனின் ரகசியம்	35
3. அர்த்தநாரியின் ரகசியம்	61
4. சிவனின் ரகசியம்	81
5. தேவியின் ரகசியம்	109
6. விஷ்ணுவின் ரகசியம்	127
7. பிரம்மாவின் ரகசியம்	161
நன்றி	183

மொழிபெயர்ப்பாளர் குறிப்பு

இந்த நூல் புராணக் கதைகளை முற்றிலும் வித்தியாசமான கோணத்தில் அணுகி, ஆராய்ந்து எழுதப்பட்ட ஒன்று என்று கூற வேண்டும். ஆங்கிலத்தில் எழுதப்பட்ட இந்த புராண ஆராய்ச்சி நூலைத் தமிழில் மொழி பெயர்க்கும் போது, தமிழுக்கும் ஆங்கிலத்துக்கும் இடையே உள்ள வேறுபாடுகளும், ஆங்கில வார்த்தைகளுக்கு இணையான தமிழ்ச் சொற்களும், மேற்கத்திய மொழியில் வெளியிடப்பட்டுள்ள சிந்தனைகளும், நாமும் அவர்களும் சிந்தனைகளில் எப்படி வேறுபடுகிறோம் என்பதைக் காட்டுகிறது. இந்தப் புத்தகத்தைப் படிக்கும் எல்லோரும், நாம் நமது தாய்மொழியில் பேசிய போதும், நம் சிந்தனைகளில் மேற்கத்திய ஆளுமை இருப்பதை உணரமுடியும்; எனவே, இந்த நூலைப் படிப்பவர்கள் மிகுந்த பொறுமை மற்றும் மனப்பக்குவத்துடனும் விளக்கங்களையும், நிகழ்வுகளையும் புரிந்துக்கொள்ள வேண்டும் என்று வேண்டுகோள் விடுப்பது அவசியம் என்று நினைக்கிறேன்.

ஆசிரியரின் குறிப்பு

இந்த புத்தகத்திலுள்ள சித்திரங்கள் கடைத்தெருக்களில், யாத்திரிகர்களுக்கு பொருள்களை விற்கும், கோயில்களின் வெளியே உள்ள வணிகர்களிடம் இருந்து எடுக்கப்பட்டன. கலை பற்றிய சரித்திர ஆசிரியர்கள் இத்தகைய சித்திரங்களின் மூலத்தை விவரித்துள்ளனர். எவ்வாறு இராஜா ரவிவர்மா போன்ற கலைஞர்கள் மற்றும் 19 ஆம் நூற்றாண்டு புத்தக வடிவமைப்புத் தொழில்நுட்பம் இந்தியாவில் உள்ள ஒவ்வொரு இந்திய குடும்பத்திலும் இத்தகைய சித்திரங்கள் சென்றடையச் செய்தன மற்றும் எவ்வாறு ஒரு சாதாரண மனிதனின் நம்பிக்கைக்கு முதன்மை வடிவாக்கம் கொடுத்தன என்று விளக்கியுள்ளனர். சமீபகாலங்களில் வெளிநாட்டுச் சுற்றுலாப் பயணிகள், இச்சித்திரங்களிலும், கண்பறிக்கும் வண்ண நிறங்களிலும் மற்றும் அவற்றின் அசாதாரணமான கொள்கைக் குறிப்புகளிலும் தத்தம் மனத்தை பறிகொடுத்துள்ளனர். சிறு மேடைகளில் அலங்கார விற்பன்னர்கள் ஆடை அணிகலன்களில் பயன்படுத்தியுள்ளனர்; நுகர்வோர்கள், சேகரிப்போர்கள் மற்றும் ஊடகங்களைக் கவர்ந்துள்ளனர். ஆனால் இவற்றை எல்லாம் பற்றி யார் சிந்தித்தார்கள்? இச்சித்திரங்கள் வடிவங்கள் எங்கிருந்து வந்தன? அவை சொல்லும் செய்திகள் என்ன? அறியாமையில், கபடமற்ற தன்மையில் புனிதக்கலை என்பதே மனம் போன போக்கால் இயற்றும் கலையாகவும், மற்றவர்கள் மரியாதைக் குறைவு என்று சொல்லும் விதத்திலும் இக்கலை பயன்பட்டு வந்துள்ளது.

இச்சித்திரங்களின் கருப்பொருள்களை நியாயப் படுத்துவதையோ அல்லது மற்ற மதங்களோடு ஒப்பிடுதலையோ செய்ய முயலும் போது - அச்சித்திர, விசித்திர வடிவமைப்புகளை விளக்கச் செய்யும் முயற்சிகள் பெரும்பாலும் தற்காப்பு முறையிலோ, மன்னிப்புக் கோரும் பாவனை முறையிலோ அல்லது இராணுவ வெறித்தகைமை யாகவோ ஆகின்றன. நம்பிக்கை என்பது எப்போதும் அறிவியல் ரீதியாகி விடாது மற்றும் 'பாவம்' (demerit)

மற்றும் 'இறைத்தூதர்' போன்ற வார்த்தைகள் இந்துக்களின் உலகப் பார்வையைப் புரிந்து கொள்ள உதவுவதில்லை.

இந்துக் கலையைச் சரியாக உணர வேண்டுமானால், ஒரு புதிய அளவுகோலை, விஷயங்களை விளக்கும் புதிய வழியை மேற்கொள்ள வேண்டும். சாதாரணமாகப் பரவலாகப் புரிந்த கிரேக்க, விவிலிய கீழை நாடுகளின் உலகப் பார்வைகளில் இருந்து முற்றிலும் வேறுபட்ட - முழுமையைப் பற்றிய, சாத்தியக்கூறுகள் பற்றிய புதிய கோட்பாடுகளில் பயணிக்க வேண்டும். வாசகர்களை இத்தகைய புதிய அளவுகோலிற்கு இட்டுச் செல்லும் முயற்சியே இப்புத்தகம்.

கறுப்பு வெள்ளை நிறங்கள், இப்புத்தக வடிவங்களில் வேண்டுமென்றே பயன்படுத்தப்பட்டுள்ளது. அதற்குக் காரணம் வாசகர்களை கருப்பொருள்களிலிருந்து திசை திருப்ப வேண்டாம் என்ற எண்ணமே. இப்புத்தகத்தின் நோக்கம், நம் முன்னோர்கள் இயற்றிய தனிச்சிறப்பான வடிவங்களைப் பற்றிய அகராதியின் அர்த்தத்தை உணரச் செய்வது என்பதால், வடிவங்களின் கலைச்சிறப்பு பற்றி அவ்வளவாகக் கருத்துச் செலுத்தவில்லை. ஒவ்வொரு ஓவியரையும், வர்ணக்கலை நிபுணரையும் தான் பட்டியலிட்டு அவரவரின் பங்களிப்பை வெளிப்படுத்த விழைந்ததென்னவோ உண்மை; ஆனால் அவர்களைத் தேடுவது என்பது மிகவும் கடினம், ஏனெனில் சித்திரங்கள் பெருமளவு தயாரிக்கப்படுவதல்லாமல் எப்போதும் வெவ்வேறு கலைஞர்களால் சிறுசிறு மாற்றங்களுடன் வெளிப்படுகின்றன. அடிக்கடி ஒரே வடிவம் பல அச்சகத்தாரால் வெளிப்படுத்தப்படுகின்றன.

இறுதியாக இந்துத்துவம் சம்பந்தப்பட்ட எல்லா விஷயங்களையும் போலவே இப்புத்தகத்திலுள்ள விளக்கங்கள், இக்கலை பார்க்கப்படும் பல வழிகளுள் ஒன்று. இப்புத்தகம் படிக்கும் போது நினைவு கொள்க:

என்றுமுள்ள உண்மை அளப்பரிய பல
மாயவடிவங்களுள் உள்ளது.
எல்லாவற்றையும் பார்ப்பது யார்?

வருணனுக்கு ஆயிரம் கண்கள் மட்டுமே உள்ளன,
இந்திரனுக்கு நூறு கண்கள் உள்ளன,
மற்றும் எனக்கோ இரண்டே இரண்டு தான்.

1
கணேசனின் ரகசியம்

வெவ்வேறு மக்கள் கடவுளை
வெவ்வேறாகப் பார்க்கின்றனர்.

சித்திரம் 1.1
சிவனாரின் குடும்பம்

1.1 இல் காணப்பட்டுள்ள வடிவம் ஒரு குடும்ப புகைப்படம் போன்று உள்ளது. அப்பா, அம்மா மற்றும் இரண்டு மகன்கள். இது வழக்கமான வடிவமைப்பு இல்லை. இது கடவுள் சிவன் என அழைக்கப்படும் சிவனின் உருவம், ஒரு மலைவாழ் சன்னியாசி, அவருடைய மனைவி பார்வதி எனப்படும் இறைவி, மலைவாழ் இளவரசி, மற்றும் அவர்களின் இரு குழந்தைகள், யானைத் தலையுடைய கணேசன் மற்றும் கையில் வேல் தரித்திருக்கும் கார்த்திகேயன்.

இந்துமதம் பற்றி சற்றும் பரிச்சயமில்லாதவர் இவ்வுருவங்களை விசித்திரமாகப் பார்ப்பார். ஒருவர் தலைமுடியிலிருந்து நதி எவ்வாறு கொட்டும்? எவ்வாறு ஒருவருக்கு யானைத்தலையும் நான்கு கைகளும் இருக்க முடியும்? மயிலின் மேல் ஒருவர் எவ்வாறு சவாரி செய்வார்? கடவுளின் வெளிப்பாடுகளாக இவையெல்லாம் எவ்வாறு இருத்தல் இயலும்? இத்தனை கடவுள்கள் எப்படி இருக்க முடியும்?

ஆனால் இந்துக்கள் இக்கொள்கைகளில் இயல்பாகவே சௌகரியமாகவே உள்ளனர். ஏனெனில் இவ்வடிவங்களுடனேயே அவர்கள் வளர்ந்து வந்துள்ளனர். பகுத்தறிவு கண்கொண்டு இவற்றைப் பார்க்கும் அவசியமற்றவர்களாக இவற்றை ஒப்புக் கொண்டுள்ளனர். அவர்கள் நம்பிக்கை கொண்டுள்ள இவ்வடிவங்கள், காலங்காலமாக பரம்பரை பரம்பரையாக அவர்களுக்கு அளிக்கப்பட்டு வந்துள்ளன. இவ்வடிவங்கள் மூலம் இந்துக்கள் தெய்வீகத்திற்கு அறிமுகப்படுத்தப்பட்டார்கள். தெய்வீகத்தைப் பற்றியுள்ள இந்துக்கொள்கை பிரத்தேயகமானது தனிச்சிறப்பானது. இஸ்லாம் போல் அல்லாமல், தெய்வீகத்திற்கு வடிவம் கொடுக்கப்பட்டுள்ளது. தாவரத்திலிருந்து ஆரம்பித்து, மிருகங்கள் வரை சென்று, மனிதர்கள் வரை பரவியுள்ளது. கிறித்துவத்தைப் போல தெய்வீகம் ஒரே கொள்கையில் கட்டுப்படவில்லை. கடவுள்கள், பெண் கடவுள்கள் உள்ளனர், அவர்கள் எல்லாருமே கடவுள் என்ற மாபெரும் மர்மத்தின் தனித்தனி துண்டுகள்.

இதை ஒரு கதை நன்கு விளக்குகிறது. ஒரு நாள் இந்தக் குடும்பம் ஒன்றாக அமர்ந்திருந்த போது, நாரதர் என்ற முனிவர் வருகை தந்தார். அவர் எங்கு சென்றாலும் குழப்பம் உண்டாக்கவே விரும்புவார்.

கார்த்திகேயனுடைய பையனின் முக அமைப்புகள் அவன் எண்ணங்கள் தூயவை, கள்ள கபடமற்றவை என உணர்த்தும்.

கார்த்திகேயன் கையிலுள்ள வேல் கார்த்திகேயனைப் போர்க்கடவுள் என்றே உறுதி செய்யும்.

கார்த்திகேயன் உலகத்தின் பொதுவான உண்மையை வலியுறுத்துகிறார்.

படம் 1.2
கார்த்திகேயன்

கணேசன் 'என் உலகம்' என்ற தனிப்பட்ட உண்மையை மேற்கொள்கிறார்.

படம் 1.3
பந்தயம்

நாரதர் சொன்னார், "உங்கள் மகன்களுள் சிறந்தவருக்கு நான் ஒரு மாங்கனி கொண்டு வந்துள்ளேன்," சிவன் தன் மனைவி பார்வதி பக்கம் திரும்பியவாறே "யார் சிறந்தவர் என்று நான் எங்ஙனம் தீர்மானிக்க முடியும்?" பார்வதி சொன்னாள்: "அவர்கள் இருவரும் பந்தயத்தில் ஓடட்டும். உலகத்தை யார் முதலில் மும்முறை சுற்றுகிறார்களோ அவருக்கே அந்த மாங்கனி" சிவன் சொன்னார்: "அப்படியே ஆகட்டும்."

படத்தில் 1.2 இல் காட்டியபடி கார்த்திகேயன் உடனே தனது மயில் மீது ஏறி வானத்தில் உயர்ந்து பறக்க ஆரம்பித்தார். மும்முறை உலகம் சுற்றுவதில் தான் முதலாக இருக்க வேண்டும் என்று தீர்மானித்திருந்தார். ஆனால் கணேசன் அசையவில்லை, தாய் தந்தையர் பக்கத்தில் அமர்ந்து கொண்டு தன் மூஞ்சுறுடன் விளையாடிக் கொண்டிருந்தார். கார்த்திகேயன் ஒன்று, இரண்டு என்று உலகம் சுற்றிக் கொண்டிருந்தார், கணேசன் என்ன செய்யப் போகின்றான் என்று வியந்தவாறே. கார்த்திகேயன் தன்னுடைய மூன்றாவது இறுதிச்சுற்று முடிக்கும் தறுவாயில், கணேசன் எழுந்து படம் 1.3 இல் காட்டியபடி தாய் தந்தையரை மும்முறை வேகமாக வலம் வந்து சொன்னான், "நான் ஜெயித்து விட்டேன்."

"நீ ஜெயித்ததாகச் சொன்னதன் அர்த்தம் என்ன? நான் தானே உலகத்தை மும்முறை வலம் வந்தேன். நீ தாய் தந்தையரை மட்டும் தானே வலம் வந்தாய்," என்றான் கார்த்திகேயன். "அது உண்மையல்ல, நீ உலகத்தைச் சுற்றினாய், நான் என் உலகத்தைச் சுற்றினேன். இப்போது சொல், எந்த உலகம் மிகவும் முக்கியமானது?" என்றான் கணேசன்.

உலகம் பொதுவானது, என் உலகம் தனியானது. உலகம் பகுத்தறிவு மற்றும் அறிவியல் மிக்கது. என் உலகமோ உணர்ச்சியும் உள்ளுணர்வும் கொண்டது. உன் உலகம் பரவலானது என் உலகம் குறுகியது. இரண்டும் உண்மைகளே, கணேசன் சொல்கிறான், எதற்கு முக்கியத்துவம் தருவது?

ஒவ்வொரு நாகரிகமும் உலகத்தை வெவ்வேறு கண்கொண்டு பார்க்கிறது. சிலருக்கு, தெய்வம் அருவமானது, உருவமில்லாதது; சிலருக்கு தெய்வம் நிறைய வடிவங்கள் உள்ளது, யார் சரி? சிலருக்கு ஒரு வாழ்க்கை தான் உள்ளது, மறுபிறவி இல்லாமல்; சிலருக்கு இது பல பிறவிகளுள் ஒன்று. யார் சொல்வது சரி?

- சிவா - கடவுள் உலகத்தைத் தன் பாராமுகத்தால் அழிக்கிறார்.
- சக்தி - சிவனைக் கண் திறக்க வைக்கும் இறைவி.
- கணேசன் - இடையூறுகளை களையும் கடவுள்.
- கார்த்திகேயன் - அசுரர்களுக்கு எதிரான போரில் தெய்வங்களைத் தலைமைதாங்கி நடத்திச் செல்லும் கடவுள்.
- கங்கா - கங்கை ஒரு நதிக் கடவுள்

படம் 1.4
தெய்வத்தின் வெவ்வேறு வடிவங்கள்

இத்தகைய கேள்விக்கான விடைகள் எப்போதும் ஒரே மாதிரி இருப்பதில்லை. இவை நாகரிகம் சம்பந்தப்பட்டது. நம்பிக்கைகள் உடையது. நம்பிக்கைகள் தான் ஒருவரை சகிப்புத்தன்மை இல்லாதவராகவும் அல்லது மிகவும் சகிப்புத்தன்மை உடையவராகவும் ஆக்குகிறது. இதன் காரணமாகத் தான் 'என் உலகம்' என்பது முக்கியத்துவம் பெறுகிறது.

என் உலகத்தில் 'நம்பிக்கை'(Myth)தை என்ற கொள்கை உருவாக்கப்பட்டுள்ளது. 'புராணக்கதை' (mythology) என்பதே தொன்மமான கதைகள், வடிவங்கள், சடங்குகள் அமைந்தது. அவை தொன்மத்துடன் தொடர்புபடுத்துவன. வெளியில் உள்ளவர்க்கு இந்த கருத்து, கதைகள், அடையாளங்கள், சடங்குகள் அபத்தமாகத் தெரியலாம். ஆனால் நம்பிக்கையுள்ளவர்களுக்குச் சரியான உணர்வை ஊட்டும். படம் 1.1 இதற்கு ஒரு சான்று, இந்தப் புத்தகத்திலுள்ள மற்றவை போல ஒவ்வொன்றும் இந்துக்களுக்கு உணர்வு தருகிறது. வடிவத்திலும் சரி அதன் உட்கருத்திலும் சரி. இந்துக்கள் அல்லாத மற்றவர்களுக்கு அவை சரியுணர்வு ஊட்ட முற்படுவதில்லை. பகுத்தறிவிற்கு சற்றும் கவனம் தராத மொழியையே அவர்கள் (இந்துக்கள்) பேசுகிறார்கள். ஆக, சிவன் சடையிலிருந்து நதி குதித்து ஓடுகிறது, அவருடைய மகனுக்கு யானைத்தலை. இத்தகைய விஷயத்தை பரிவோடும், இயல்பூக்கத்தின் நேரிய மனநிலையுடனும் அணுக வேண்டும். ஒரு நாகரீகத்தின், ஆன்மா குறித்த சாளரங்கள் என்றுணர வேண்டும்.

பரிவு பார்த்தல் என்பதே தற்காலங்களில் மிகவும் இல்லாது போய்விட்டது. எதுவும் எடை போடப்படுகிறது, அளக்கப்படுகிறது. எல்லா எண்ணங்களுமே உண்மை நிகழ்வு, சாட்சி, கணிதம், அறிவியல் என்பதன் மூலமாகவே அங்கீகாரம் பெறுகின்றன. ஆனால் வாழ்க்கையிலுள்ள பல விஷயங்களையும் தர்க்கத்தில் விளக்க முடியாது. அவ்வாறிருக்கும் போது மொத்த வாழ்க்கை, மரணம், கடவுள் என்பவை பற்றி என்ன சொல்ல? மரணத்திற்குப் பிறகு நடப்பதென்ன? யாருக்குத் தெரியும்? வெவ்வேறு நாகரிகங்கள் வெவ்வேறு விடைகள் வைத்துள்ளன. ஒவ்வொன்றுமே ஒரு தனித்துவ உண்மை. ஆகவே ஒவ்வொன்றும் ஒரு தொன்மம், கதை, நம்பிக்கை.

சிவா ஒரு கடவுள்; ஆனால் ஒரே கடவுள் அல்ல. இலக்கணத்தை நன்றாகப் பாருங்கள்: ஒரு கடவுள், ஒருமையில் ஒரு கடவுள் எனப்படுவது, ஒரே கடவுள் அல்ல.

கணேசனின் ரகசியம்

வடிவம் 1.5
பிரம்மா சுகரை ஆசிர்வதித்தல்

பல கடவுள்கள் உள்ளன என்பதன் வலியுறுத்தம். இந்து உலகத்தின் அதி சிறப்பானவற்றின் முதல் விஷயம் இது - கடவுள் ஒரே ஒரு பொருள் என்பதாக அல்ல. கடவுள் ஆண்மகன் மட்டும் அல்ல. 1.4 படம் குறிப்பது போல, பார்வதி - சிவனின் மனைவி இறைவி, தன் கணவனின் அந்தஸ்த்திற்குச் சமமானவள். கணேசனும், கார்த்திகேயனும் கடவுள்கள் தான் ஆனால் சிறு கடவுள்கள், சிவபார்வதியினும் சற்றே தாழ்ந்த நிலையில் உள்ளவர்கள். கணேசன் தடைகளை அகற்றுகிறார் மற்றும் கார்த்திகேயன் அசுரர்களுக்கு எதிரான போரில் தெய்வங்களை தலைவனாக வழி நடத்துகிறார், ஆனால் சிவன் கண்களை மூடிக்கொண்டால், மொத்த உலகமும் இல்லாது போகிறது, ஆகவே அழிப்பவர் எனப்படுகிறார், பெரிய கடவுள் எனக் கருதப்படுகிறார். பார்வதி பெரிய இறைவி ஏனெனில் அச்சத்திலிருந்து அன்பு வரை, ஆதிக்கத்திலிருந்து பாசம் வரை எல்லா உணர்ச்சிகளையும் கொண்ட உருவாக இருக்கிறாள், கங்காவோ சிவன் தலைமுடியிலிருந்து குதித்து ஓடும் நதியாக, ஒரு சிறு தெய்வமாக இருக்கிறாள், அவள் தெய்வத்தன்மை அவளின் நதியோடு வரையறுக்கப் படுகிறது.

கருத்து இதுதான் - தெய்வீகம் என்பது வடிவமற்றது, ஆனால் மனிதர்களாகிய நாம் அதைக் கிரகித்துக் கொள்ள வடிவங்கள் கோருகிறோம். ஒவ்வொரு வடிவமும். அதன் இயற்கைத் தன்மையில், முழுமையற்றது: ஒரு வடிவமும் மொத்தத்தையும் கடந்து செல்லும் திறமை அற்றது. வெவ்வேறு முழுமையற்ற கடவுள்கள், இறைவிகள், தெய்வங்கள், தேவதைகள் மூலமாகவே நாம் குறைந்த பட்சம் தெய்வத்தன்மை என்பதைப் பற்றிய முழு கொள்கையையும் உணர்கிறோம்.

விஷயங்கள் அவ்வளவு எளிதானதும் அல்ல. கணேசன், கார்த்திகேயன் மட்டுமே வழிபடக்கூடிய கோயிலில், அவர்தம் தாய் தந்தையர் இல்லாது இருக்கையில், அத்தெய்வங்களே (மேலான) கடவுள் ஆகின்றன - அளப்பரிய தெய்வீகத்தின் வடிவுள்ள வெளிப்பாடுகளாக ஆகின்றன.

வடிவங்கள் மூலமாக, எல்லா நாகரிகங்களும் தத்தம் உண்மைகளை மொழிந்துள்ளன. வடிவம் 1.5 இதன் ஒரு உதாரணம். இதில் ஒரு நான்கு தலை மனிதர், புத்தகத்தைத் தன் கையில் வைத்திருக்கிறார், கிளித்தலையுடைய

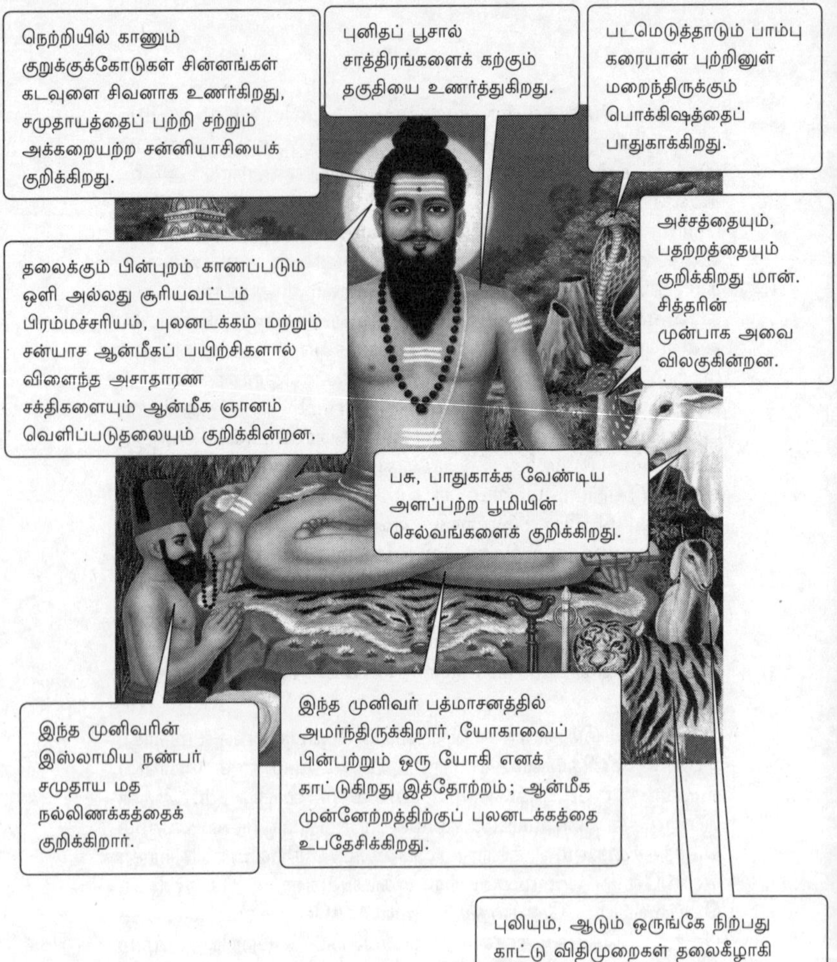

நெற்றியில் காணும் குறுக்குக்கோடுகள் சின்னங்கள் கடவுளை சிவனாக உணர்கிறது, சமுதாயத்தைப் பற்றி சற்றும் அக்கறையற்ற சன்னியாசியைக் குறிக்கிறது.
புனிதப் பூசால் சாத்திரங்களைக் கற்கும் தகுதியை உணர்த்துகிறது.
படமெடுத்தாடும் பாம்பு கரையான் புற்றினுள் மறைந்திருக்கும் பொக்கிஷத்தைப் பாதுகாக்கிறது.
அச்சத்தையும், பதற்றத்தையும் குறிக்கிறது மான். சித்தரின் முன்பாக அவை விலகுகின்றன.
தலைக்கும் பின்புறம் காணப்படும் ஒளி அல்லது சூரியவட்டம் பிரம்மச்சரியம், புலனடக்கம் மற்றும் சன்யாச ஆன்மீகப் பயிற்சிகளால் விளைந்த அசாதாரண சக்திகளையும் ஆன்மீக ஞானம் வெளிப்படுதலையும் குறிக்கின்றன.
பசு, பாதுகாக்க வேண்டிய அளப்பற்ற பூமியின் செல்வங்களைக் குறிக்கிறது.
இந்த முனிவரின் இஸ்லாமிய நண்பர், சமுதாய மத நல்லிணக்கத்தைக் குறிக்கிறார்.
இந்த முனிவர் பத்மாசனத்தில் அமர்ந்திருக்கிறார், யோகாவைப் பின்பற்றும் ஒரு யோகி எனக் காட்டுகிறது இத்தோற்றம்; ஆன்மீக முன்னேற்றத்திற்குப் புலனடக்கத்தை உபதேசிக்கிறது.
புலியும், ஆடும் ஒருங்கே நிற்பது காட்டு விதிமுறைகள் தலைகீழாகி விட்டதைக் காட்டுகிறது. இரையாக்குபவனைக் கண்டு இறை அஞ்சுவதில்லை.

வடிவம் 1.6

சித்தர் அல்லது புனித ஆசான்

முனிவரை ஆசீர்வதிக்கிறார். இந்த நாலு தலை மனிதர் பிரம்மா, வேதத்தை முதலில் ஓதியவர் மற்றும் ரிஷிகள் என்று அறியப்பட்ட ஆசான்கள் மூலம் மனிதர்களுக்குக் கிடைக்கச் செய்தார். இந்துத்துவ அறிவின் நீர் ஊற்றுப் போல செயல்படும் செய்யுள்களே வேதம். இந்தச் செய்யுள்கள் காலம் அற்றவை, எங்கும் நிறைந்தவை மற்றும் மனிதர்கள் மூலம் வரவில்லை, ஆகவே தெய்வீகப் பேருண்மைகள் ஆகும். மிகக் கடுமையான பஞ்சம் வந்த ஒரு காலத்தில் ரிஷிகள் இந்த செய்யுள்களை மறந்துவிட்டதாகவும், வியாசர் என்ற தொகுத்திணைக்கும் முனிவர் உதவியால் இவை அனைத்தும் மறுபடியும் சரியானபடி தொகுக்கப்பட்டதாகவும் சொல்லப்படுகிறது. கிளிமூக்கு முகம் உடைய முனிவர் வியாசரின் புதல்வர், சுகா, ஆவார். அவர் மூலமாகவே எல்லா வேத அறிவும் நமக்கு வந்துள்ளன.

ஒரு நாலு தலை மனிதர் ஒரு கிளி மூக்கு முகமுடைய ஒரு மனிதரை ஆசீர்வதிக்கும் இந்த உருவத்தில் அடையாளச் செய்திகள் உள்ளன. பிரம்மா ஆண் - அவர் உருவம் பெண்ணுருவத்தைத் தவிர்த்துள்ளது. ஆகவே முற்றுப்பெறாதவர். அவருடைய இருப்பு என்பதே ஒரு பெண்ணின் இருப்பையும் உணர்த்துகிறது. ஆனால் அவள் எங்கே? இந்த வடிவத்தை மதிப்பும் முழுமையும் உள்ளதாக ஆக்கும் மறைமுகக் கருப்பொருள். அவளே தான் பிரம்மாவிடமிருந்து சுகருக்கு அளிக்கப்படும் உருவமற்ற அறிவு. அவளை சரஸ்வதி என்பர், வேத மாதா என்றழைக்கப்படும் இறைவி, வேதங்களின் தாய் எனப்படுபவள்; வேதத்தை பிரம்மா உருவாக்கவில்லை - பெண் இல்லாமல் யாரும் எதையும் உருவாக்குவதில்லை, (மேலான) கடவுளும் கூட. சிலர் அவள் ஊக்குவித்ததாகவும், சிலர் அவளிடமிருந்து அவர் (பிரம்மா) கேட்டதாகவும் சொல்வர். எவ்வாறாயினும் வேதம் வந்துவிட்டது. பிரம்மா அதை வெறுமனே வெளிப்படுத்தினார்.

நான்கு தலைகளும் வேதத்தின் நான்கு கூறுகளை உணர்த்துகின்றன. அவை வாழ்க்கையின் நான்கு காட்சிகளையும் குறிக்கின்றன. ஒவ்வொன்றும் வேத அறிவால் மதிப்பூட்டப்படுகின்றன. தர்மம் (நேர்மையான நடத்தை), அர்த்தம் (பொருளாதாரச் செய்கை), காமம் (இன்ப நுகர்ச்சிகள்) மற்றும் மோட்சம் (ஆன்மீகப் பழக்கங்கள்). இந்த நான்கு தலைகளுள் ஒன்று

காண்டோபா ஒரு கிராம பாதுகாவல் தெய்வம், கத்தியை சுழற்றுகிறார். மத்திய நூற்றாண்டுகளின் போர்வீரர்கள் போல் வெள்ளைக்குதிரை மேல் சவாரி செய்கிறார்.
மல்சா போர் புரியும் கிராமப் பெண் தேவதை, காண்டோபாவின் மனைவி.
கயவர்கள் எப்போதும் அடர்ந்த மீசைகளுடன் சித்தரிக்கப்படுகின்றனர், அவர்களின் அதீத ராட்சதத் தன்மையைக் காட்டியவாறே.
சாஸ்திரிய இந்துத்துவத்தில் அமங்கலமாகக் கருதப்பட்ட நாய்கள், கிராமியக் கலாச்சாரத்தில் புனிதம் பெறுகின்றன.
20 ஆம் நூற்றாண்டு துவக்க முதல், நிறம் பற்றிய கொள்கைத் தாக்கத்தால், கலைஞர்கள் கயவர்களைக் குறிப்பிட கரிய நிறத்தையே பயன்படுத்தி வந்தனர்.

படம் 1.7
காண்டோபா

இல்லாவிட்டாலும் பிரம்மா முழுமையானவராக மாட்டார். அதுபோலவே இந்த நான்கு இலக்குகளும் இல்லாவிட்டால் வாழ்வு முழுமை பெறாது.

சுகர் என்ற வார்த்தையின் அர்த்தமே கிளி; கிளிப்பிள்ளைத்தனமாக வேதத்தை கொண்டு சேர்ப்பவர் என்பதனைக் குறிக்கிறார் சுகர். ஆகவே குற்றமற்றது, எந்த திருத்தமோ இடைச்செருகலோ இல்லாதது. இந்தப் புராண வடிவம், தெய்வீகக் கூற்றுக்களின் மூலம் மற்றும் அவ்வறிவைச் செலுத்துதல் பற்றிய மக்களின் ஒரு நம்பிக்கையைச் சித்தரிக்கிறது.

உருவம் 1.6 ஒரு இந்து புனித ஆசானைக் காண்பிக்கிறது. இவர் புலன்களையும் மனத்தையும் முழுமையாக வென்றவர். உலகத்தை அடக்கியாளும் எந்த ஆசையும் இல்லாதவர். எல்லா மனித எல்லைகளையும் களைந்தவர். இது நடந்தவுடன் விசித்திரங்கள் தொடர்கின்றன. எல்லா பிணக்குகளும் இற்றுப் போய் விடுகின்றன. மற்ற மதங்களுடன் எந்த சண்டையும் இல்லை. பசுக்களும் ஆடுகளும் புலிகளைக் கண்டு நடுங்குவதில்லை. நாடோடிகளின் கதைகளில் வரும் பொக்கிஷங்களைக் காப்பதாகப் பெயர் பெற்ற நாகங்கள், தங்களுடைய செல்வத்தை தாராளமாகப் பங்கிட்டுத் தருகின்றன. வேறு வார்த்தைகளில் கூறப்போனால் இயற்கையின் நாகரிகத்தின் இருண்ட எதிர்மறைப் பக்கத்தையே மாற்றுகின்றன. அமைதியும் நல்லிணக்கமும் குடிகொண்டுள்ளன; அச்சமும் வெறுமையும், இல்லாமையும் அங்கில்லை. இதுதான் சொர்க்கம், முழுமையான ஒரு உலகம். இந்துக்களைப் பொருத்தவரை, பூமியை சொர்க்கமாக மாற்றும் அத்தகைய மனிதன் வழிபடத்தக்கவன், வெறும் ஒரு ஆசானாக மட்டும் இல்லாமல், ஆனால் சில சமயம் கடவுளின் புவி வடிவாகவே கருதப்படுகிறான்.

படம் 1.7 கடவுளின் ஒரு பிராந்திய வெளிப்பாடு. அவர் காண்டோபா எனப்படுகிறார். மகாராஷ்டிரா தேசத்தில் மிகவும் போற்றப்படுகிறார். அவர் குதிரையில் செல்கிறார், அவருடன் காணப்படும் மால்சா அவரின் முதல் மனைவி, ஒரு வியாபாரியின் பெண். இவ்விருவரும் மணி மற்றும் மல்லா என்ற ராட்சதர்களுடன் போரிடுகின்றனர். சமஸ்கிருத நூல்களில் காண்டோபா சிவனின் உக்ர வடிவமான மார்த்தாண்ட பைரவர் எனப்படுகிறார் தட்சிணத்தில் அதிகமாகப் பேசப்படுகிறார். இவர் சேஷ்த்ரபாலர், நிலத்தைக் காப்பவர். காக்கும் கடமை பெற்ற

படம் 1.8
திருப்பதி பாலாஜி, பூமியில் நின்ற கடவுள், தன்னுடைய மனைவிமார்கள் காவலர்களுடன் - ஆந்திராவில் அறியப்பட்ட விதமாக.

இவர் அசுரர்களுடன் போரிடுகிறார். மணியைப் போன்ற சில மன்னிப்பு கோரும் வருந்தும் அசுரர்கள் கோயில் வளாகத்திலேயே, தேவதைகளாகவே ஏற்கப்படுகின்றனர். ஆனால் மல்லர் போன்ற அசுரர்கள், தத்தம் உருவைப் படிக்கட்டுகளில் தாங்கியவர்கள் தொடர்ச்சியாக - காண்டோபாவை வழிபடும் பக்தர்களால் மிதிபட்டுக் கொண்டே தண்டிக்கப்படுகின்றனர்.

காண்டோபா மஞ்சளை விரும்புகிறார். அவர் சந்நிதானம், பக்தர்கள் மற்றும் அவர் உருவங்கள் மஞ்சளால் சூழப்பட்டுள்ளன. மஞ்சள் ஒரு 'பொன்னிற மூலிகை, நச்சுத்தடை' குணங்கள் உள்ளது. மற்றும் அதன் நெருங்கிய தொடர்பு மூலம் காண்டோபா ஒரு பாதுகாவலர் என்று வலியுறுத்தப்படுகிறது. இம்மூலிகையின் மஞ்சள் நிறம் பொன்னைக் குறிக்கிறது. ஆகவே மஞ்சள் மூலம் காண்டோபா 'வழங்குபவர்' என்றும் அறியப்படுகிறார். வீரியம் மிக்க இந்தத் தெய்வத்தின் அருள் குழந்தை வரமும் நல்குகிறது. அவருக்குப் பல மனைவிகள் உண்டு - முதல் மனைவி மால்சா வாணிப சமூகத்தைச் சேர்ந்தவர். பானய் என்ற இரண்டாம் மனைவி ஆடு மேய்ப்பவர் சமூகத்தவர். மற்ற மனைவிகளும் உள்ளனர் - தையல் விற்பனையாளர் சமூகம், எண்ணெய் ஆட்டுபவர் சமூகம், தோட்டவேலை பார்ப்போர் சமூகம் என்ற சமூகங்களில் உள்ளவர்கள்.

காண்டோபாவின் பல கல்யாணக் கதைகள் வெவ்வேறு சமூகங்களையும் சடங்கு மூலமாக ஒரு தனி கிராம தெய்வத்தோடு பிணைக்கின்றன. ஆக ஒவ்வொரு சமூகமும் தன் அடையாளத்தை மேற்கொள்கிறது. அதே சமயம் காண்டோபா மூலம் ஒன்றிணைக்கப்படுகிறது. ஒன்றாக வாழ்க்கைப் போராட்டத்தில், அவர்கள் ஒருவருக்கொருவர் உதவிக்கொள்கின்றனர். ஒரு கிராமிய தெய்வமாகிய காண்டோபாவை, பரந்துபட்ட இந்துக்களின் (மேலான) இறைவனான சிவனுடன் இணைப்பதன் மூலம், கிராமமே ஒரு பரந்துபட்ட இந்து சமுதாயத்தின் பகுதியாகி விடுகிறது. இந்தக் கிராமம் தனித்துவம் உள்ளது. இருப்பினும் மொத்தத்தில் ஒரு பகுதியாகவும் உள்ளது. கிராமத்தின் பிராந்தியக்கடவுள் மிகப்பரந்த இறைவனின் ஒரு பிராந்திய வெளிப்பாடாகிறது.

ஆகவே காண்டோபாவின் புராணம் நம்பிக்கை உள்ளவர்களின் நம்பிக்கையாக உணர்த்தப்படுகிறது. அவர்களுக்கு தத்தம் பிராந்திய தேவைகளைப் பூர்த்தி செய்யும், அளிக்கும், பாதுகாக்கும் ஒரு கடவுள் வேண்டும்.

படம் 1.9
சாமுண்டாவும் சோடிலாவும்

தங்களுடைய பிராந்தியக் குடும்பங்களை மேற்கொள்ள வேண்டும், கிராமத்தின் அடையாளமும் வேண்டும், அதே சமயம் விசாலமான இந்துத்துவத்திலும் ஒரு பகுதியாக இருக்க வேண்டும். ஆகவே அவர்களுக்கென்று ஒரு தேவதை உண்டு அது தெய்வம் மற்றும் அதுவே (மேலான) இறைவன்.

படம் 1.8 நமக்கு விஷ்ணு என்ற பரந்துபட்ட இந்துக்கடவுளைக் காண வைக்கிறது. இவர் சிவனிலிருந்து வித்தியாசமானவர். பனிபடர்ந்த மலையின் மேலே வசிக்கும் துறவி சிவன், விஷ்ணுவோ பாற்கடலில் பாம்புப் படுக்கையில் சயனித்திருக்கும் அரசர். அவர் பாதத்தில் ஸ்ரீதேவி, பூதேவி என்ற இரண்டு மனைவிமார்கள் உண்டு. செல்வங்கள் மற்றும் பூவுலகின் இறைவிகள். படத்தின் கீழ்ப்பாதியில் உள்ளது விஷ்ணுவின் பிராந்திய வெளிப்பாடு. அது திருப்பதி பாலாஜி, இவரின் கோயில் ஆந்திராவில் உள்ளது.

கதை இவ்வாறு சொல்கிறது, விஷ்ணுவின் மனைவி ஸ்ரீதேவி, ஒரு சச்சரவுக்குப் பிறகு, வெளியே செல்ல, விஷ்ணு, தன் இருப்பிடத்தை விட்டு பூமியில் அவளைத் தேடி வருகிறார். அப்படித் தேடும் போது பத்மாவதி என்ற இளவரசியைக் காதலிக்கிறார். பத்மாவதியின் அப்பா ஏழு மலைகளின் நிழலிலுள்ள ஒரு ராஜ்ஜியத்தின் அரசர். காண்டோபா தன் பல மனைவிகளை மணந்தது போலவே, விஷ்ணு பத்மாவதியை மணக்கப் பாடுபடுகிறார். பல காதல் சாகசங்களுக்குப் பிறகு பத்மாவதி அவரை மணக்க முன்வருகிறார், ஆனால் அவர் கேட்ட விலையோ மிகப்பெரியது. அவ்விலையைக் கொடுக்க, விஷ்ணு தெய்வமாகிய ஸ்ரீதேவியின் காசாளர் குபேரனிடம் பெரும் கடன் பெறுகிறார். விஷ்ணு கடனில் இருக்கும் வரை பத்மாவதியுடனோ, ஸ்ரீதேவியுடனோ அவர் தன் தெய்வலோகத்திற்குச் செல்ல முடியாது. ஆகவே ஏழு மலைகளின் மேல், திருப்பதி பாலாஜி உருவத்தில் அவர் இருந்து கொண்டிருக்கிறார். அவருடைய கடனைக் கொடுப்பதற்கு, பக்தர்கள் நிறைய செல்வங்களை அளிக்கின்றனர்; நன்றிக்கடனாக விஷ்ணு அவர்களுக்குச் செல்வமும், வளமும் கொழிக்க அருள்கிறார்.

படம் 1.9 உள்ள தேவதைகள் குஜராத்தில் உள்ளனர். சாமுண்டா மற்றும் சோடிலா, என்றறியப்பட்ட இவர்கள், சிவப்பு மற்றும் பச்சைப் புடவைகளுடன் காணப்படும் இவர்கள், இவர்களுடைய சூலாயுதங்கள், அவர்களின்

படம் 1.10
ஆண்டாள், கவியாசான்

சிங்கம் மற்றும் மலை மேலுள்ள அவர்களின் இருப்பிடம் எல்லாமே - அவர்களை சக்தி மற்றும் பார்வதி என்றறியப்பட்ட, மலைத்துறவியாகிய சிவனை மணந்த மலைகளின் இளவரசி, மாபெரும் இந்து இறைவியின் பிராந்திய வடிவங்களாகவே உணர வைக்கின்றன. இவ்வாறாக அவர்கள் தேவதைகள் மற்றும் (மேலான) இறைவிகள், 1.7 மற்றும் 1.8 இல் காணப்படும் தெய்வம் மற்றும் மேலான இறைவி என்பது போலவே. பிராந்தியத்தில் மட்டுமே அறியப்பட்டாலும் அவர்கள் மூலமாக பக்தர்கள் மிகப்பரந்த இந்து சமூகத்தின் பகுதியாகின்றனர். இந்தப் பெண் தேவதைகள் ஏன் இரட்டைத் தோற்றம் அளிக்கின்றனர் என்று யாருக்கும் சரியாகத் தெரியவில்லை. சிலர் சோடிலா சாமுண்டாவின் தங்கை என்கிறார்கள், வேறு சிலர் தோழி என்கின்றனர். ஒரு பெண் தெய்வமே சண்டன் முண்டன் என்ற இரண்டு அரக்கர்களைக் கொல்லவே இரட்டை உருவம் கொண்டாளோ என்னவோ, இதன் பிறகு தேவதைகள் இருவருமே சண்டி மற்றும் சாமுண்டி எனப்பட்டனர். ஒரு வேளை சாமுண்டா என்பவள் சண்டனையும், முண்டனையும் கொன்ற தேவியாயிருக்கக் கூடும் மற்றும் சோடிலாவோ (மலை மேல் வாழ்பவள்) பிராந்தியப் பெண் கடவுளாக இருக்கக்கூடும். படம் 1.7 மற்றும் 1.8 இல் சண்டி சாமுண்டி இருவரும் ஆண் துணையையோ அல்லது கணவர்களையோ கொள்ளவில்லை ஏனெனில் திருமணம் என்பதே வீட்டிற்குள் வைத்துவிடும். இந்த இரண்டு பெண் தெய்வங்களும் போர் வீராங்கனைகள், திருமணம் மற்றும் மகப்பேறு முதலியன அவர்களுடைய போர்ச்சக்தியை திசை திருப்பிவிட அவர்கள் அனுமதிக்கவில்லை.

படம் 1.6 இல் உருவகப்படுத்தியது போல சன்னியாசி வாழ்க்கை மாற்றம் செய்யப்படுவதை ஒரு முன்னுதாரணமாகக் கொண்டு பல அறிஞர்கள். உதாரணமாக காண்டோபா போன்ற கிராமிய தெய்வங்கள், ஒருகாலத்தில் பிராந்தியக் கதாநாயகர்களாக இருந்து பின்னர் வழிவழியாகத் தெய்வமாக்கப்பட்டனர் என்று கருதுகின்றனர். ஒரு வேளை பாலாஜி உண்மையிலேயே ஒரு அறிவார்ந்த அந்நியர், அப்பிராந்தியத்தின் பெண்ணை மணந்திருக்கலாம், ஏழு மலைகள் சூழ்ந்த சமூகத்தை மாற்றியிருக்கலாம். ஒருவேளை இந்த இரட்டைப்பெண் தெய்வங்கள் சாதாரணப் பெண்களாக, சகோதரிகளாக தோழிகளாக இருந்திருக்கக்கூடும், மற்றும்

படம் 1.11
விஸ்வகர்மா

தங்கள் போர்த்திறமையால் கிராம மக்களை வியப்பில் ஆழ்த்தியிருக்கக்கூடும். இத்தகைய முடிவுகள் ஒரு மதச்சடங்கை அறிவு சார்ந்ததாக ஆக்கச் செய்யும் முயற்சிகள். இவை நம்பிக்கை மீது எந்த விளைவும் ஏற்படுத்தப் போவதில்லை.

படம் 1.10 சரித்திரத்தில் அறியப்பட்ட ஒரு நபர் மக்களால் தேவதையாக்கப்பட்டாள். 12வது நூற்றாண்டின் தமிழ் கவிதையரசி மற்றும் ஆழ்வார்களில் ஒருவரான ஆண்டாள், கோதை என்றும் அழைக்கப்பட்டாள். இதன் அர்த்தம் பசுக்களால் அளிக்கப்பட்டவள், ஏனெனில் புல் மேய்ந்துக் கொண்டிருந்த பசுக்களின் மத்தியில் ஒரு குழந்தையாகக் கண்டெடுக்கப்பட்டாள் மற்றும் குழந்தையில்லாத கோயில் அர்ச்சகரால் வளர்க்கப்பட்டாள். ஆண்டாள் வளர்ந்து பருவம் எய்தினாள், தன் அப்பாவின் கோயில் தெய்வத்திடமே காதல் கொண்டாள். தன் கழுத்தில் மாலை சூடிக்கொண்டு விட்டு பின்னர் அவற்றை தெய்வத்திற்கு சூட்டி வந்தாள். தெய்வத்தின் புனித காணிக்கைகளை அசுத்தப்படுத்தியதாக கோவில் பூசாரிகள் கோபமுற்றனர். ஆனால் தெய்வமோ பூசாரிகளின் கனவில் தோன்றி அவற்றை தாம் அதிகம் விரும்புவதாகக் கூறினார், ஏனெனில் தன்னை உண்மையாக நேசிக்கும் பெண்ணால் அது தொடப்படுவது என்பதால். ஆண்டாள் இறுதியாக கோயில் தெய்வத்தின் மனைவியாக உணரப்பட்டு, நாளடைவில் பெண் தெய்வமாகவே மதிக்கப்பட்டாள். அவள் வடிவத்தில் அவளுக்கு இரண்டு கைகளே, இவை மனித இனம் சேர்ந்த பெண்ணே எனப் பறைசாற்றுகிறது, அவள் கையிலுள்ள தாமரை மலரும் கிளியும் அவள் காதல் தத்துவத்தில் இணைக்கப்பட்டாள் என்பதைக் குறிக்கிறது - ஏனெனில் இந்துத்துவத்தின் காமக்கடவுளுடன் தாமரை மலரும் கிளியும் சேர்த்தே பேசப்படுகின்றன.

தெய்வங்கள் மற்றும் பெண் தெய்வங்களை மனிதர்கள் மணந்து கொள்ளுதல் என்னும் கொள்கையே ஒரு வேளை மத்திய நூற்றாண்டுகளின் தேவதாசிகள் அல்லது கடவுள்களின் மணப்பெண்கள் என்ற முறையை நிச்சயமாகவே தோற்றுவித்திருக்கக் கூடும். இத்தேவதாசிகள் கோயில்களில் வசிப்பார்கள், தனியாக இருப்பார்கள், பாடுவார்கள், ஆடுவார்கள், இன்னும் கோயில் குருக்கள் மற்றும் யாத்திரீகர்களுக்குப் புலனின்பம் தருவார்கள். பெரும்பாலும் பெண்களே

ஆயுதங்கள், இந்தப் பெண் தெய்வம் தாக்கவல்ல தெய்வம் என்றும் இத்தெய்வத்தை சாந்தப்படுத்துவது அவசியம் என்றும் உணர்த்துகின்றன.
குதிரை மேல் சவாரி செய்வது இப்பெண் தெய்வத்தின் மகிமையால் ஆணாக மாறிய பெண்.
சேவல், கொத்தித்தின்னும் பறவையினத்தில் முதன்மையானது. இந்தச் சேவலைப் பழக்கித் தன் வாகனமாக ஆக்கியுள்ள இந்தப் பெண் தெய்வம் இயற்கையின் மேலான தன் அதிகாரத்தை அறிவிக்கிறார்.
ஸ்ரீ
கையில் உள்ள புத்தகங்கள் இத்தெய்வத்தின் அறிவைக் குறிக்கின்றன.
தன் உள்ளங்கையை உயர்த்துவதன் மூலம், இப்பெண் தெய்வம் பக்தர்களை அஞ்சவேண்டாம் என்று கூறுகிறார்.
இக்கோயிலுக்கு அடுத்தபடி ஒரு ஏரி இருந்ததாகவும், அது கருத்தரிக்காத பெண்களைக் கருத்தரிக்கச் செய்யும் என்றும் பெண்களை ஆண்களாக மாற்றும் என்றும் நம்பப்பட்டது. அது இப்போது இல்லை.
பெண் தெய்வத்தின் சக்தியை விழித்து எழச் செய்யப் பெண்கள், கர்ப்பத்தின் அல்லது கர்ப்பப்பைப் பாடலின் இசை நடனம் ஆடுகிறார்கள்.

படம் 1.12

பகுசரா

கோயில் தெய்வங்களுடன் மணமுடிக்கப்பட்டு இருந்தனர், சில இந்தியப் பகுதிகளில் - பையன்களும் இதே முறையில் தெய்வத்திற்காக அர்பணிக்கப்பட்டனர். காண்டோபா சந்நிதானத்தில், வாக்யர்களும் முரளிகளும் - ஆண்களும் பெண்களும் - தெய்வத்திற்கு அர்ப்பணிக்கப்பட்டனர். இவர்கள் திருமணம் செய்யத் தடை செய்யப்பட்டனர். இவர்கள் வாழ்வாதாரமே பாடுவதும், நடனமாடுவதும் தான். இத்தகைய பழக்க வழக்கங்கள் எல்லாவிதமான சுரண்டல்களுக்கும் தீமைக்கும் வெளிப்படையாகவே வழிவகுப்பதால் தற்காலத்தில் இந்திய அரசு இவையனைத்தும் சட்டத்துக்குப் புறம்பானது என்றே நிர்ணயித்துவிட்டது.

எல்லா தெய்வங்களும் ஒரு குறிப்பிட்ட நிலப்பகுதியுடன் சம்பந்தப்படுத்தப்படவில்லை.

படம் 1.11ல் விஸ்வகர்மா கலைஞர்கள் சமூகத்தோடு இணைக்கப்படுகிறார். கருவிகளைப் பயன்படுத்தும் மக்களால் பூஜிக்கப்படுகிறார். விஸ்வகர்மா மிகப்பழைய கடவுள், வேதகாலத்துக் கொல்லன். வேத காலத்தில் அவர் 'வாஸ்தர்' எனப்பட்டார்; குயவர்கள், உலோகக் கொல்லர்கள், தச்சர்கள் மற்றும் ஆடை நெய்பவர்கள் முதலியோர்க்கெல்லாம் கடவுள் ஆவார். விஸ்வகர்மா யானை வாகனம் உடையவர், இது அவரை இந்திரனுடன் சமமாக்குகிறது, இந்திரனோ தேவர்களின் அரசன், வேத காலத்திய ஜீயஸ்.

காமன் மற்றும் க்யூபிட், விஸ்வகர்மா மற்றும் வல்கன், இந்திரா மற்றும் ஜீயஸ் முதலியவற்றுடன் உள்ள ஒற்றுமைகள் கண்டு அவசரத்தில் இந்து புராணம் கிரேக்க புராணம் போன்றே உள்ளது என்ற முடிவுக்கு பலர் வருவர். ஆனால் கிரேக்க புராணம் இந்து புராணத்தை விட மிக வித்தியாசமானது; கிரேக்கர்களின் தனித்துவ உண்மைகளை பிரதிபலிக்கிறது, இந்துக்களின் தனித்துவ உண்மைகளிலிருந்து இவை மிகவும் வித்தியாசமானவை. கிரேக்கர்கள் ஒரு இறைவனில் நம்பிக்கை வைக்கவில்லை, அவர்கள் தேவர்களும் தேவதைகளும் கொண்டிருந்தனர், ஆனால் இறைவன், இறைவி இல்லை. கிரேக்க புராணத்தில், பூதங்களை வென்று சக்திமிக்க டைட்டான்கள் உலகில் ஆதிக்கம் செலுத்தினர், இந்த டைட்டானியர்களை வென்று தேவர்கள் ஆட்சிக்கு வந்தனர். இப்படித் திரும்பத்திரும்ப வரும் தொடர்ச்சியான வழிமுறை சொல்லும் கருத்து வேத

1.13
சிவனுக்கு பிட்சை இடல்

இலக்கியங்களில் இல்லை. கிரேக்கக் கடவுள்களைப் போல் அல்லாமல் தேவர்கள் (இந்துக்கடவுள்கள்) (மனிதர்கள்) தங்களை வெல்லக்கூடும் என அஞ்சியதில்லை. தேவர்களுக்கு அசுரர்கள் என்ற பகைவர்கள் இருந்தனர், ஆனால் டைட்டான்கள் இல்லை. தேவர்களும் அசுரர்களும் பிரம்மாவின் புதல்வர்கள் மற்றும் இவர்களுடைய சண்டை இடையறாத தொடர் வட்டம் ஆகும், வெற்றி தோல்விகள் மாறி மாறி வரும், இது விதைத்தல் அறுவடை செய்தல் என்ற வெவ்வேறு சுழற்சிகளைக் குறிக்கிறது என்று நம்பப்படுகிறது.

விஸ்வகர்மாவைப் பற்றி அதிகம் தெரியவில்லை. சிலர் அவரை பிரம்மாவாகவே பார்க்கின்றனர். உலகத்திற்கு வடிவம் கொடுத்தவர் என்கின்றனர். தாயின் வயிற்றில் குழந்தையை வடிவமைத்தார். தெய்வங்களின் ஆயுதங்களை உண்டாக்கினார். மனிதர்கள் சொர்க்கம் என்று சொல்வதை, ஆகாயத்தில் மேலுள்ள தேவர்களின் இருப்பிடமான அமராவதி நகரை வடிவமைத்தார். பிரம்மாவினால் வெளிக்கொணரப்பட்ட, சரஸ்வதிக்குள் இருக்கும் அறிவை, மனித குலம் வாழவும் செழிக்கவும் கருவிகளாக்கினார்.

படம் 1.11ல் காட்டிய கடவுள் கலைஞர்கள், வேலைப்பாட்டாளர்களால் வணங்கப்படுகையில், படம் 1.12ல் உள்ள தேவதை பெருவாரி சமூகத்தால் ஒதுக்கப்பட்ட சமூகத்தாரால் வழிபடப்படுகிறது. இந்த தேவதை பகுசாரா. இதன் உண்மை அர்த்தம் யாருக்கும் தெரியவில்லை. சிலர் இது பகு-அசரா, பல நடத்தைகள் என்பவற்றிலிருந்து வருவதாகக் கூறுகின்றனர். ஒரு வேளை இத்தேவதையின் சகிப்புத்தன்மைக்காக இவ்வாறு அறியப்பட்டிருக்கலாம், ஏனெனில் இந்தத் தெய்வத்துடைய பக்தர்கள், குஜராத் பிராந்திய சமூகங்களிலுள்ள குழந்தை வரம் கோரும், ஆண் பெண்களால் மட்டும் இல்லை, இந்தியாவின் பல பகுதிகளில் இருந்து, (ஹிஜிராக்கள்) தம் இன முழுமைக்காக வணங்கும் அருந்ததியர்களும் அடங்குவர். ஹிஜிராக்கள் (அருந்ததியர்கள்) ஆண்கள் ஆனால் தம்மை பெண்கள் என்று உணர்கின்றனர், பரந்துபட்ட சமுதாயத்தில் வாழ்வதில்லை. அவர்கள் பெண்கள் போன்று ஆடை அணிகின்றனர், தம்மைப் போன்ற மற்றவருடன் சமுதாயத்து ஒதுக்குப்புறத்தில் வாழ்கின்றனர், வாழ்வதற்காகப் பிச்சை எடுக்கின்றனர், தேவதாசித் தொழிலையும் செய்கின்றனர். சில அருந்ததியர் (ஹிஜிராக்கள்) தம்மைத் தாமே காயடித்துக் கொள்கின்றனர்,

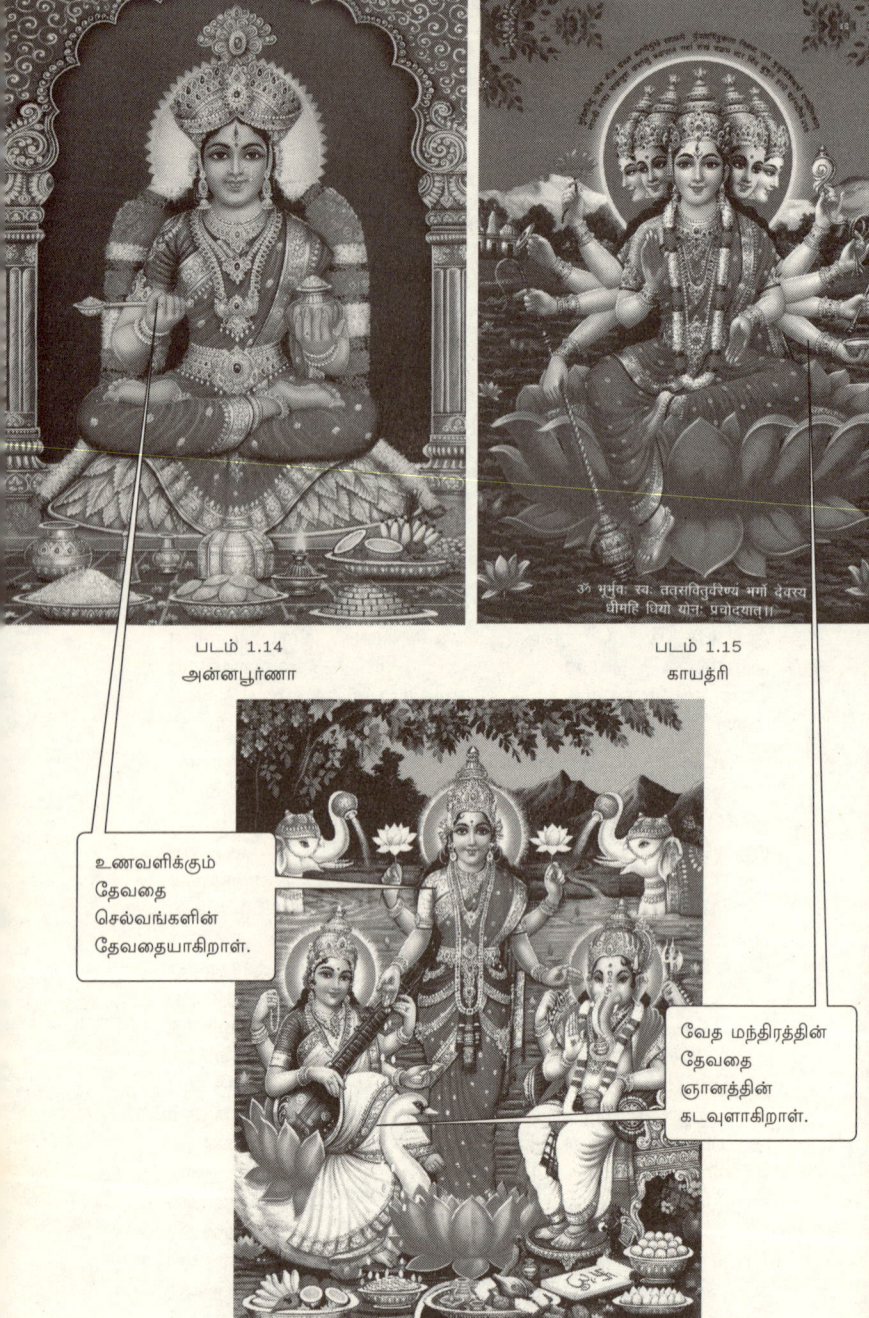

படம் 1.14
அன்னபூர்ணா

படம் 1.15
காயத்ரி

உணவளிக்கும்
தேவதை
செல்வங்களின்
தேவதையாகிறாள்.

வேத மந்திரத்தின்
தேவதை
ஞானத்தின்
கடவுளாகிறாள்.

படம் 1.16
லட்சுமி, சரஸ்வதி, கணேசா

அவ்வாறு சொல்லும் போதே பகுசராவை வேண்டுகின்றனர்; இந்த பகுசரா பெண் தெய்வம் ஒருமுறை ஒரு பெண்ணை ஆணாக்கியது, தனக்களிக்கப்பட்ட மணப்பெண்ணிற்கு கணவனாக இருக்கும்படி அவளை அனுமதித்தது.

இந்த பிராந்தியப் பெண் தெய்வத்தைப் பற்றிய பக்தர்கள் ஒரு கதை சொல்கின்றனர்; ஒரு விழாவில் பல வருடங்களுக்குப் பிறகு இரு நண்பர்கள் சந்திக்கின்றனர். அவர்கள் இருவரின் மனைவிமார்களும் கர்ப்பம் உற்றிருந்தனர். ஒரு மகான் அவர்களிடம் சொன்னார், ஒருவர் ஒரு மகனுக்குத் தந்தையாவார் என்றும் இன்னொருவர் ஒரு மகளுக்குத் தந்தையாவார் என்றும் உரைத்தார். தம்முடைய தோழமையை உறுதியாக்க, தத்தம் பிறவாத மகன் மகளைத் திருமணம் செய்து கொள்வது என்று நண்பர்கள் தீர்மானித்தனர். அதில் ஒரு தம்பதியினருக்கு அதிர்ச்சியாகி விட்டது, ஏனெனில் 'மகன்' 'மகள்' ஆகிவிட்டான். இந்த உண்மை மறைத்து வைக்கப்பட்டது ஏனெனில் மகான் சொன்னால் 'எது முன் சொல்லப்பட்டதோ அது நிச்சயம் நடக்கும்' என்று 'பெண்' பையன் போலவே வளர்க்கப்பட்டாள், நாளடைவில் தன் மணப்பெண்ணைக் கூட்டி வருமாறு அனுப்பப்பட்டாள். மனக்கலக்கத்துடன் இந்தப்பெண் ஒரு பெண் குதிரை மேல் சவாரி செய்து மணப்பெண்ணின் கிராமத்திற்குப் பயணித்தாள். வழியில் பெண்ணும் பெண் குதிரையும் குளத்தில் விழுந்தனர். வெளி வந்ததும் அவள் ஆணாகவும் பெண் குதிரை ஆண் குதிரையாகவும் ஆனார்கள். இவர்களைத் தொடர்ந்து வந்த பெண் நாயும் குளத்தில் விழுந்து ஆண் நாயாக மாறியது. இதற்கு எல்லாம் காரணம் பகுசரா குளத்தின் அருகில் இருந்தது தான். இந்த நாள் முதல் ஆண் குழந்தை விரும்புபவர்கள் பகுசரா கோயிலுக்கு வருகின்றனர். அருந்ததியினர் ஏன் வருகின்றனர் என்றால், இந்தத் தெய்வத்தை வணங்குவதன் மூலம் தம்முடைய அடுத்த பிறவியில் தாம் முழுமையான ஆணாகவோ பெண்ணாகவோ பிறப்பார்கள் என்று நம்பிக்கை கொள்கின்றனர்.

இந்தத் தெய்வத்தைப் பற்றி வேறு கதைகளும் உள்ளன. தன்னுடைய கல்யாணத்துக்குப் போகும் வழியில் ஒரு இளம் பெண் தன்னைக் கற்பழிக்க வந்த ஒரு திருடனை 'அலி'/அருந்ததி (ஹிஜிரா) ஆக்கிவிட்டாள். (இந்தப் பெண்தான் பகுசரா தேவதை) மற்றவர்கள் 'இப்பெண்

சிவன் விநாயகரின் தலையைத் துண்டிக்கிறார்.
கணேசரின் கோடாலி கடினமானவற்றைப் பிளக்கிறது.
சிவன் வெட்டுண்ட கழுத்தில் யானைத் தலையை வைக்கிறார்.
கணேசர் கையிலுள்ள மலர் விஷயங்களை சேர்க்கிறது.
பார்வதி குளித்துக் கொண்டிருக்கிறாள்.
விநாயகர் பார்வதியின் குகைக்குள் நுழைய விடாமல் சிவனைத் தடுக்கிறார்.
மோதகம் அல்லது வெல்லப் பூரணம் வைத்துள்ள கொழுக்கட்டை, ஒரு பணப்பையைக் குறிக்கிறது.
சிவன் விநாயகரைக் கணேசர் என்று அறிவிக்கிறார், கணங்களுள் முதன்மையானவர் என்கிறார்.

படம் 1.17
கணேசர்

மணப்பெண்ணாக இருந்த போது தன் கணவன் ஆண் அல்ல 'அலி' என்றதும் அதிர்ந்து போனாள்; பிறகு தான் ஒரு பெண் தெய்வம் ஆகி 'அலிகளுக்கு' அவர்கள் கல்யாணம் செய்வதற்குப் பதில் இவளை (இத்தெய்வத்தை) வணங்கினால் விமோசனம் தந்தாள் என்கின்றனர். ஆக, இந்தப் பெண் தெய்வத்தின் மூலம், தெய்வம், மிகவும் ஒதுக்கப்பட்ட சிறுபான்மையினரையும் ஏற்கிறது.

படம் 1.13 எந்த குறிப்பிட்ட பிராந்தியமும் சமூகமும் குறிக்கவில்லை. அவள் உலகப் பொதுவானவள், நேரத்திற்கு அப்பாற்பட்ட சமையல் தேவதை, அன்னபூர்ணா, உணவளிக்கும் அன்னை. அவள் இல்லாமல் உலகம் முழுவதும் அச்சப்படும் பஞ்சமும் பட்டினியும் வரும். இது அன்னபூர்ணாவை எல்லார்க்கும் தேவதையாக ஆக்குகிறது. ஆனால் முழு வாழ்க்கை வாழ உணவு மட்டுமே போதுமானதல்ல. ஒருவருக்கு ஆன்மீக அர்த்தமும் வேண்டும். படம் 1.13 இதை விளக்குகிறது, படம் 1.14 அன்னபூர்ணாவை ஒரு கோவில் கொண்டுள்ள தெய்வம் ஆக்குகிறது. இவளுடைய மிகப் பிரசித்தமான கோவில் கங்கை நதிக்கரையில் காசியில் உள்ளது.

வேத காலத்தில், மாற்றங்களை ஏற்காத அளவீட்டின் படி 4000 வருடங்களுக்கு முன்பு, முனிவர்கள் காயத்ரி மந்திரத்தை உருவாக்கினர், இதன் மூலம் தெய்வத்தை வணங்கி, அறியாமை இருளை ஒழிக்கும் ஞான ஒளியை எழுச்சி பெறச் செய்யவும், மற்றும் உலகாயத, ஆன்மீக ஆசைகள் யாவற்றையும் நிறைவேற்றவும் விழைந்தனர். இந்த மந்திரம் இயற்றப்பட்ட போது இந்துக்களுக்குக் கோயில் இருக்கவில்லை. மக்கள் தெய்வத்தை மந்திரங்களால் வழிபட்டனர், நெருப்புக்கும் நீருக்கும் காணிக்கையளித்தனர். ஆயினும், மந்திரத்தை உச்சாடனம் செய்வது மற்றும் அதில் லயிப்பது எல்லாம் மனம் ஒரு முகப்படும் மேலான சக்தி வாய்ந்தவர்களுக்கே முடிந்திருந்தது. நிறைய மக்களுக்கு ஒரு உணர்ச்சி பூர்வமான கொள்கை தேவைப்பட்டது, ஆகவே இந்த மந்திரம் ஒரு பெண் தெய்வமாக படம் 1.15ல் உள்ளது போல் உருவாக்கப்பட்டது. இந்த பெண் தெய்வ வழிபாடு மூலம், இந்த மந்திர உச்சாடனத்தின் அதே பலனை அடைவதாக நம்பப்பட்டது. காயத்ரி மந்திரத்தின் கொள்கை காயத்ரி என்ற பெண் தெய்வத்தின் உருவில் உருவகப்படுத்தப்பட்டது. படம் 1.14 மனிதனின் லௌகீகத் தேவைகளை நிறைவேற்றும் முயற்சியைக் குறித்தால், படம்

படம் 1.18
சிவன் மகனுடன்

1.15 ஆன்மீகத் தேவையை நிறைவேற்றும் முயற்சியாகக் கருதப்பட்டது.

அன்னபூர்ணா, பெண் தேவதை, செல்வங்களின் தேவதையான லட்சுமி ஆகிறாள். சிவப்பு ஆடையுடன், தாமரை மலர் மேல் நின்று கொண்டு, இருமருங்கிலும் வெள்ளை யானைகளுடன், படம் 1.16ல் காண்பது பெண் தெரிகிறாள். இதுபோலவே பெண் தெய்வம் காயத்ரி, ஞானம் அறிவின் தேவதையாக, சரஸ்வதியாக, வெள்ளை உடை, வீணையுடன், தன் கையில் புத்தகமும் ஜெபமாலையும் வைத்திருக்கிறாள். 1.15 படத்தில் முதன் முதலாகப் பிரம்மன் கேட்ட ஞானம் இவளே, பிரம்மனை வேதம் பாடச் செய்கிறாள். லட்சுமியின் இடப் பக்கத்தில், சிவனின் மகன் கணேசன், இடையூறுகள் களைந்து லாபம் அளிப்பவர் உள்ளார்.

இந்து தத்துவத்தில், சமீப காலங்களில், கணேசன் மிகவும் புகழ்மிக்க கடவுளர்களுள் ஒருவர். எந்த காரியத்தைத் துவங்கினாலும் அவர் வழிப்படப்படுகிறார். எல்லா இடையூறுகளையும், எல்லாத் தடைகளையும் அவர் விலகச் செய்ய எதிர்பார்க்கப்படுகிறார். அவருடைய யானைத்தலையை அடையாளமாகப் பார்த்தால் நிறைய அர்த்தங்கள் வரும். யானைத்தலை சக்தியைக் குறிக்கிறது. யானை ஒரு வலிமையான மிருகம், காட்டில் அதற்கு இயற்பகை எதுவும் இல்லை. எந்த மிருகமும் அதன் வழியில் குறுக்கிடுவதில்லை, அது தடுக்க முடியாத ஒரு பிராணி. யானையைப் போன்ற வயிறும் அதன் உடல் பருமனும் அதிக உணவு மற்றும் குறைந்த உழைப்பை உணர்த்துகிறது. அதாவது சுகபோகமும் செழிப்பும் உணர்த்துகிறது. எலி மிகவும் எரிச்சல் தரக்கூடிய பயிர்கள் அழிக்கும் பிராணி. எந்த விரிசலிலும் புகுந்து சென்று, தன் வழியின் இடையூறுகளைக் கடந்து தானியத்தைத் தின்று விடும். கணேசருடைய வாகனமான எலி வாழ்வின் பிரச்சினைகளைக் குறிக்கிறது. இவை கணேசன் அருளால் சமன் செய்யப்பட்டுக் கட்டுப்படுத்தப்படுகின்றன. ஆக, கணேசன் பிரச்சினைகள் இல்லாத அதிகாரம் மற்றும் செல்வத்தைக் குறிக்கிறார். கணேசனின் உருவம் ஒரு கருத்தினுடைய பாத்திரம். கணேசர் போற்றப்படுகிறார், ஏனென்றால் இந்துக்கள் முனைந்து நிற்கும் கருத்தை தூண்டுகிறார்.

கணேசர் என்ற கோட்பாடு, அவரின் பிறந்த கதை மூலம் வலியுறுத்தப்படுகிறது. படம் 1.17ல் அந்தக் கதை

சொல்லப்படுகிறது. உலக வாழ்க்கையில் சிறிதும் பற்றற்ற துறவியாக சிவன் இருக்கிறார். இருப்பினும் பார்வதி அவரை மணக்கிறாள். சிவா தந்தையாவதற்கு விரும்பவில்லை. குடும்பம் விருத்தியாவதில் எந்த விஷேசமும் அவர் காணவில்லை. ஆனால் பார்வதி ஒரு தாயாக இருக்க விரும்புகிறாள். தான் குளித்துக் கொண்டிருக்கையில், தன் மீது பூசிய மஞ்சளை வழித்தெடுத்து ஒரு பொம்மை போல் உருவாக்கி அதற்கு உயிரூட்டுகிறாள். இவ்வாறு உருவாக்கப்பட்ட குழந்தை 'விநாயகர்' ஆண் (நாயகன்) இல்லாமல் (வினா) பிறப்பிக்கப்பட்டதால் விநாயகர் எனப்படுகிறார். சிவன் விநாயகரைத் தன் மனைவியின் மைந்தனாக உணரவில்லை, விநாயகனும் சிவனைத் தன் அம்மாவின் கணவனாக உணரவில்லை. தன்னை அம்மாவின் கட்டளையால் தன் வீட்டில் பிரவேசிக்க விநாயகன் தடுத்ததால், கோபமுற்ற சிவன் விநாயகன் தலையைத் துண்டித்து விட்டார். பார்வதி தீராத துக்கத்தில் மூழ்குகிறார். சிவன் யானையின் தலையை வெட்டுண்ட இடத்தில் பொருத்தி குழந்தையை உயிரூட்டுகிறார். இத்தலை சாதாரண யானைத்தலை அல்ல. அது மழைக் கடவுளான இந்திரனின் யானை வாகனம், மற்றும் அது வடக்கே காணப்படுகிறது. இந்த வடக்கு திக்கு - சாஸ்வதத்தன்மை, அழியாத்தன்மை அசையாத்தன்மையுடன் சேர்த்துப் பேசப்படுகிறது.

ஆக கணேசர் இரண்டு முரண்பாடானவற்றின் கூட்டைக் குறிக்கிறார். திருமணம் செய்து கொண்டு குடும்பம் விரிவடைய விரும்பாத சிவன் மற்றும் இரண்டும் வேண்டும் என்று சொல்லும் அவருடைய மனனவி, சிவன் ஆன்மீக நாட்டத்தைக் காட்டுகிறார், உள்ளிருக்கும் ஆன்மாவை நோக்கிய முனைப்பும் ஆர்வமும் காட்டுகிறார். பார்வதி பொருளாதார விருப்பத்தைக் குறிக்கிறார், குடும்பத்தில் முனைப்பும் சுற்றியுள்ள உலகத்தில் அக்கறையும் ஆர்வமும் கொள்கிறாள். இந்த இரண்டு இலட்சியங்களுக்கு இடையில் உள்ள பிணக்கை இந்துக்கள் எப்போதும் உணர்ந்துள்ளனர். கணேசன் இவ்விரு லட்சியத்திற்கும் இடையிலுள்ள சமத்துவ நிலையைக் குறிக்கிறார்.

படம் 1.18 நாகரிக முரண்பாட்டை வலியுறுத்துகிறது. சன்னியாசியாகிய சிவன், ஒரு தந்தையாக தன் மகன் கணேசனைத் மடியில் வைத்துள்ளார். கணேசன் அழியும் உடலுக்கும், அழியாத தலைக்கும் இடைப்பட்ட சமநிலையை குறிக்கிறார். பூமியில் அவளின் அம்மா

உருவாக்கிய மனித சரீரம், அழியக்கூடிய பொருள் உலகத்தைக் குறிக்கிறது, இறப்பு மறுபிறப்பு இவற்றின் சுழற்சியில் மாறி மாறி வரும் நிலை குறிக்கிறது. அவரின் யானைத்தலை, தெய்வங்களிடமிருந்து அவர் அப்பா வரவழைத்த யானைத்தலை, நிரந்தரமான ஆன்மீக உலகத்தைக் குறிக்கிறது.

ஆக, இந்த கணேசரின் உருவம் இந்துத்துவத்தின் உன்னத ஆன்மீகக் கோட்பாடுகள் தருகிறது, அதே சமயம் அடிப்படைத் தேவையையும் பூர்த்தி செய்கிறது. அன்றாட வாழ்க்கையின் போராட்டங்களை எதிர்கொள்ளும் சந்தர்ப்பமும் வசதியும் தருகிறது.

இவ்வாறாகவே, கணக்கற்ற உருவங்கள் இந்துக்களின் தனித்துவ உண்மையை பறைசாற்றுவதைக் காண்கிறோம். தெய்வங்கள், தேவதைகள், கடவுள்கள், பெண் கடவுளர்கள் - தெய்வம் என்பது கட்புலனாகாத சூன்யமாகவும் அதேசமயம் புலன் அறியும் உறுதி வடிவங்களாகவும், பிராந்திய ரீதியாகவும் உலக ரீதியாகவும் இருப்பதை அறிவுறுத்துகின்றனர்; ஆன்மா மட்டும் அல்லாமல் பொருளையும் சேர்த்தே காண்பிக்கின்றனர். ஒன்றாக இணைந்து, அவர்கள் அளப்பரிய தெய்வகத்தின் மொத்தத்தை உணர்த்த முயல்கின்றனர். ஒன்றாக அவர்கள் இந்துத்துவத்தின் உலகப் பார்வையைக் காணச் செய்யும் சாளரங்களாகச் செயல்படுகின்றனர்.

2
நாராயணனின் ரகசியம்
இறந்தது எப்போதும் மறுபடியும் பிறக்கிறது

பாம்பின் சுருள் வடிவுகள் பேரமைதியைக் குறிக்கின்றன மற்றும் அதன் பல தலைகள் மிகப் பரந்துபட்ட அறிவைக் குறிக்கின்றன.

இந்தக் கடல் என்பது பாற்கடல், எல்லையற்றது, உலகம் முடியும் போது எல்லாமே இதில் கரைந்து விடுகின்றன.

சாத்திரங்கள் சொல்லுகின்றன-விழித்தெழும் போது 'நாராயணன் தன்னந்தனியாகவே இருக்கிறார்'

படம் 2.1

நாராயணன் மறுபடி விழித்தெழுதல்

படம் 2.1 நாராயணன் விழித்து எழுந்ததைக் காட்டுகிறது. உலகம் அச்சமயத்தில் தான் தோன்றுகிறது. நாம் தூங்கும் போது நம் உலகம் இருப்பதில்லை, அதுபோலவே இறைவன் ஆழ் உறக்கத்திலிருக்கும் போது பிரபஞ்சமும் இருப்பதில்லை. நாராயணன் தான் இறைவன். அவருடைய ஆழ் உறக்கம் உலகத்தின் முடிவைக் குறிக்கிறது. அவர் உறங்கும் முன்பு, அவர் விழித்திருந்து இருக்க வேண்டும் உலகமும் இருந்திருக்க வேண்டும். ஆகவே படம் 2.1 சுழற்சி முறையில், இருந்தும் இல்லாமலும் வரும் உலகத்தின் மறுபிறவியைக் குறிக்கிறது, இது நாராயணனின் விழிப்பு உறக்க நிலைகளுடன் பொருந்தியுள்ளது.

கிரேக்கர்கள் மறுபிறவியில் நம்பிக்கை கொள்ள வில்லை. கிறித்தவர்களும் இஸ்லாமியர்களும் அவ்வாறே. அவர்களைப் பொறுத்தவரை ஒரே ஒரு வாழ்க்கை தான் உண்டு. ஆகவே கிரேக்கர்களிடம் கதாநாயகர்கள் ஆவதற்குரிய அவசர உணர்ச்சி இருக்கிறது, கிறித்தவர்களுக்குக் கடவுளால் காப்பற்றப்பட வேண்டிய அவசரம், இஸ்லாமியர்களுக்கோ கடவுளிடம் சரணடைவதில் அவசரம். இப்படிப்பட்ட அவசரம் இந்துக்களுக்கு இல்லை. நாம் வாழ வேண்டிய பல வாழ்க்கைகளில் இந்த வாழ்க்கை ஒன்று. அவ்வளவு தான். இந்த உலகமும் வந்து போய்க் கொண்டிருக்கின்ற பல உலகங்களுள் ஒன்றே.

நாராயணன் பாற்கடலில் தூங்குகிறார். இந்தக் கடலுக்கு எல்லை இல்லை, கரை இல்லை. இது பாலால் ஆனது, ஆனால் பால் அசையாமல், குமிழிகளோ அலைகளோ இல்லாமல் இருக்கிறது. நாராயணன் விழித்தெழுந்தவுடன் எல்லாமே வெளி வரும், பால் கடையும் போது வெண்ணை வருவதைப் போலவே பாற்கடல் வாய்ப்புகளை முன்வைக்கிறது. நாராயணன் தூங்கும் போது உலகம் முடிகிறது, உருவம் இல்லை, அடையாளமில்லை - ஒரே மாதிரியான அடர்த்தியான பொருள், கடைவதற்குத் தயாராய் உள்ளது.

நாராயணன் படுத்துத் தூங்கும் பாம்பு சேஷன் எனப்படுகிறது. சேஷா என்பதே மீதி, எல்லாம் அழிக்கப்பட்டதும் எஞ்சியிருக்கும் மீதி. சிலர் கூறுகின்றனர், 'இதுவே சேஷனை காலத்தின் பிரதிநிதி ஆக்குகிறது' என்று, யாருக்கும் நிச்சயமில்லை, ஒருவர் ஆழ்ந்த உறக்கத்தில் இருந்தால், எது விட்டுப் போய்விட்டது என்று யாருக்குத் தெரியும்? காலம் நகர்கிறது. ஆனால்

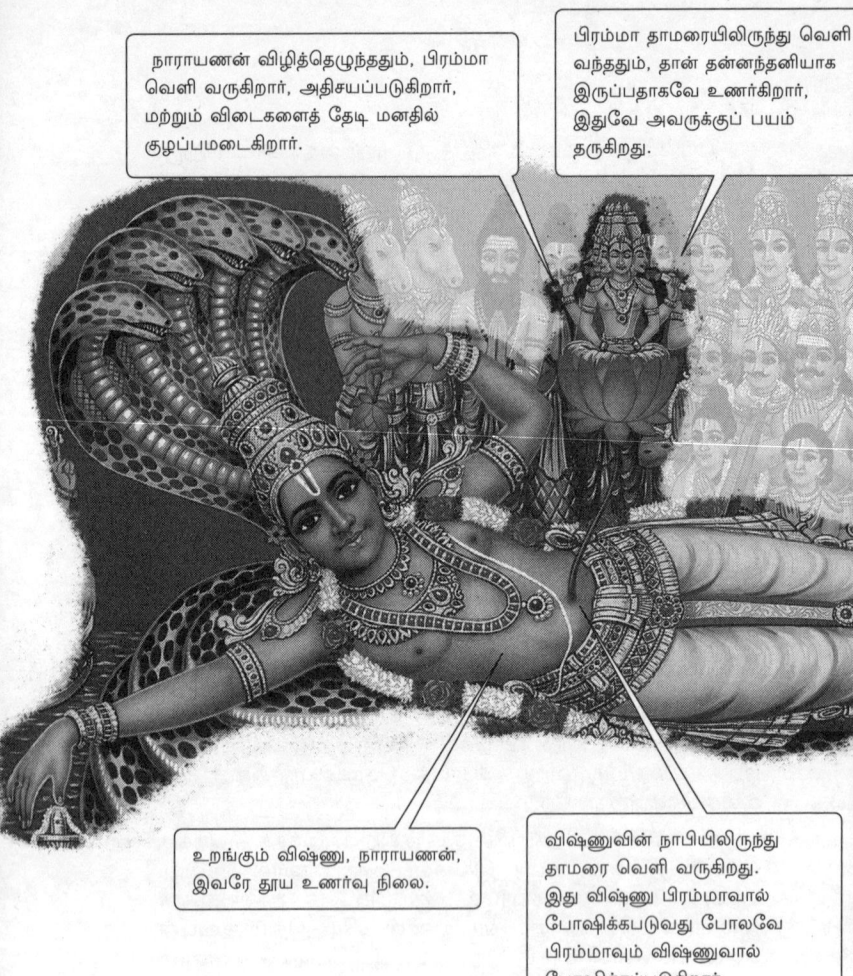

படம் 2.2
பிரம்மாவின் மறுபிறவி

சேஷன் படமெடுத்துள்ளார், வட்டம் எடுத்துள்ளார், இது அவரின் அசையா நிலையை உணர்த்துகிறது. சேஷனின் வட்ட மடிப்புகளில் நாராயணன் தூங்குகிறார்; இன்னொரு வார்த்தையில் சொன்னால் நாராயணன் உறங்கும் போது, காலம் அசையாது இருக்கிறது. எது முதலில் நிகழ்ந்தது என்பது தெளிவாக இல்லை. சேஷன் அமைதியானதா அல்லது நாராயணன் உறங்கியதா - அல்லது இரண்டும் ஒன்றாக ஏற்பட்டதா?

சேஷன் என்பவர் ஆதிசேஷன், முதன்மையான மிச்சம் என்றோ அனந்த சேஷன், முடிவில்லா மிச்சம் என்றோ - அழைக்கப்படுகிறார். இந்தப் பெயரே ஒரு உண்மையிடம் நம் கவனத்தை ஈர்க்கிறது; அதாவது, நாராயணன் உறங்கும் போது அவரைச் சுற்றியுள்ள உலகம் இன்னும் இருக்கிறது. ஆனால் யாருக்கும் அதைப்பற்றிய உணர்வு இல்லை, ஆக, எல்லா நடைமுறையிலும், அது இல்லை. வேதாந்தம் சொல்கிறது பார்ப்பவர் இல்லாவிடில் பார்ப்பது இல்லை. அவர் ஆழ்ந்து உறங்குகிறார். கனவுகள் காண்பதில்லை. உண்மையான உலகத்தைப் பற்றியோ கனவு உலகத்தைப் பற்றியோ எந்த உணர்வும் அவர் கொள்வதில்லை. பார்ப்பவர் பார்க்காவிட்டால், பார்க்கும் பொருள் இருப்பதில்லை. இதுதான் உலகத்தின் முடிவு.

இந்தக் கொள்கை சரியாகப் புரிய வேண்டுமானால், நம்மை நாமே கேட்டுக்கொள்ள வேண்டும். இவ்வாறாக நாம் ஆழ்ந்து உறங்கும் போது உலகம் இருக்கிறதா? இருக்கிறது. அதை நாம் உணர்கிறோமா? இல்லை. ஆக உலகம் இருக்கிறது, ஆனால் 'என் உலகம்' இல்லை. நாம் இல்லாமல் 'நம் உலகம்' இல்லை. பார்ப்பவர் இல்லாவிடில் பார்ப்பது இல்லை.

படம் 2.2 நாராயணனின் விழித்தெழுதலை அல்லது மறுபடி விழித்தெழுதலைக் காட்டுகிறது. இதுதான் படைப்பு இதை கலைஞர் உருவகப்படுத்துகிறார்; நாம் விழித்தவுடன் நமக்கு உணர்வு வருகிறது. ஆனால் படுக்கையிலிருந்து இன்னமும் எழுந்திருக்கவில்லை - இந்தத் தருணத்தின் காட்சியைத் தருகிறார்.

நாராயணன் கண்கள் திறந்திருக்கும் போது, சுற்றியுள்ள உலகத்தைப் பற்றிய உணர்வு அவருக்கு வருகிறது. கண்கள், மூக்கு, காதுகள், நாக்கு மற்றும் தோல் மூலம் செய்திகள் அலை மோதுகின்றன. எவை உணரப்பட்டதோ அவை அடையாளப்படுத்தப்பட்டு, வகைப்படுத்தப்பட்டு மற்றும் நினைவுகள் அடிப்படையில் நிர்ணயிக்கவும் படுகின்றன.

படம் 2.3
ஸ்ரீதேவி, பூதேவி மற்றும் சிவன் குடும்பம்

மடிப்புகள் இல்லாத காகிதம் போன்ற பிரக்ஞை, இப்போது கசங்குகிறது. உலகம் தூய்மையாக இருப்பதில்லை. வண்ணம், உருவம் மற்றும் மதிப்பீடு உள்ளதாக ஆகிறது, சிலவற்றை நாம் விரும்புகிறோம், சிலவற்றை விரும்பவில்லை. நாராயணனைப் போன்று சுத்தமாக இல்லாமல், இந்த குறுக்கப்பட்ட உணர்வே பிரம்மாவாகக் காட்சிப்படுத்தப்படுகிறது, நாராயணனின் தொப்புளிலிருந்து வெளிப்பட்ட தாமரையில் அமர்ந்திருப்பவராக நாபியிலிருந்து (தொப்புள்) எழுந்து, தொப்புள் கொடி போன்ற தாமரைத் தண்டுடன், பிரம்மாவின் தாமரை - தாய் வயிற்றிலுள்ள பிறக்காத குழந்தைக்கு உணவளிக்கும் உறுப்பு போன்று உள்ளது. ஆக ஒருவர் ஆச்சரியப்பட வேண்டியுள்ளது. யார் படைப்பவர்? நாராயணன் பிரம்மாவைப் படைத்தாரா அல்லது பிரம்மாவின் கருப்பை நாராயணனை பேணுகிறதா? காட்சி காண்பவரைத் தோற்றுகிறதா? அல்லது காண்பவர் காட்சியைப் படைக்கிறாரா? நம்மைச் சுற்றியுள்ள உலகம் நம்மைப் படைத்ததா அல்லது உலகம் நம்மால் படைக்கப்பட்டதா? 7வது அத்தியாயம் பிரம்மாவை விவரமாக விவாதிக்கிறது.

நாராயணனின் விழித்தெழுதல் கொண்டாடத்தக்க ஒரு தருணமாகும். அது உலகத்தின் உற்பத்தியைக் குறிக்கிறது எப்படியென்றால் நாம் விழிக்கும் போது நம் உலகம் தோன்றுகிறது. நம் உலகத்தைப் பற்றி நாம் உணர்கிறோம். வானுலக தேவதைகள், பெண்களாக உருவகப்படுத்தப்பட்டவர்கள், மலர்களைப் பொழிகின்றனர். (இதுவரை) கல்வியாளர் பார்வையில், நாம் மனதில் கொள்ள வேண்டியது. (பதினாறாம்) 16ம் நூற்றாண்டில் இந்தியாவில் ஐரோப்பிய நாகரிகம் வெளிப்பட்ட சமயத்திலிருந்து தான் பறக்கும் தேவதைகள் பற்றிய கொள்கைகள் இந்தியாவிற்கே வந்தன.

2.1 படத்தில், நாராயணனின் பாதத்தின் அருகில் அமர்ந்துள்ள நாராயணனின் மனைவி லட்சுமி, செல்வங்களின் தெய்வம், இன்றும் அதிகமான விவரத்துடன் 2.3ல் காணப்படுகிறாள். லட்சுமி மனித இனத்தை வளர்க்கிறாள். ஒரு பசுவாகவும் சித்தரிக்கப்படுகிறாள். அவளே கோமாதா, பிரபஞ்ச பசு, தன்னுள் மொத்த உலகையும் வைத்திருப்பவள். நாராயணன் அவளின் மாடு மேய்ப்பவர். ஆகவே, விழிப்பு நிலையில், நாராயணன், 'கோபாலன்' என்று 'பசு பாதுகாவலனாக' அழைக்கப்படுக்கிறார். பசு தான் உலகம், இந்த உலகம்

படம் 2.4
இசைக்கலைஞர்கள்

பாதிப்புறும் போது நாராயணன் அவளைக் காக்க விரைகிறார். விழித்திருக்கும் நாராயணனோ விஷ்ணு, பொறுப்பானவன், பாதுகாப்பாளன்.

தன் கண்களை மூடுவதாலேயே இவ்வுலகத்தை அழிக்கும் சன்னியாசியாகிய சிவனையும் இந்த படத்தில் காண்கிறோம். ஆனால் இங்குள்ள சிவா அழிப்பவன் அல்ல. அவர் கண்கள் திறந்தே உள்ளன. அவருடன் அவரின் இரண்டு மகன்களும் உள்ளனர், ஆறுமுகம் கொண்ட கார்த்திகேயன் மற்றும் யானை முகம் உடைய கணேசன். இவ்விருவரும் (கார்த்திகேயன், கணேசன்) உடல் வலிமை மற்றும் அறிவு வலிமையைக் குறிக்கின்றனர். ஆக நாராயணன் விழிந்தெழுந்ததும், உலகம் படைக்கப்படுகிறது, சிவாவுடன் சம்பந்தப்படுத்தப்படுகிறது. சிவா, அக்கறையில்லாத சன்னியாசி கண்கள் திறந்து கொண்டு, திருமணம் செய்து கொண்டு, குழந்தைகள் பெறுகிறார், சங்கரன் என்ற நாமமுள்ள குடும்பவாசியாகிறார். இது 4ம் அத்தியாயத்தில் விளக்கப்பட்டுள்ளது.

படம் 2.1ல் நாராயணனின் இருபக்கத்திலும் இரண்டு பேர் வீணை வாசித்த வண்ணம் இருக்கிறார்கள், இது இன்னும் விவரமாக படம் 2.4ல் கொடுக்கப்பட்டுள்ளது. நாராயணனின் பாதத்தருகே நிற்பவர் நாரதர், மற்றும் குதிரை முகங்கொண்ட மற்றவர் தும்புரு. இருவரும் போட்டிப் பாடகர்கள். நாரதர் ஒரு ரிஷி, முனிவர், மற்றும் தும்புரு ஒரு கின்னரர். தேவலோகப் பாடகர். நிறையப் புராணக்கதைகளில் இவ்விருவரும் ஒரே பெண்ணை மணக்கப் போட்டியிடுகின்றனர், விஷ்ணுவை உதவக்கோருகின்றனர். விஷ்ணு உதவவே செய்கிறார், ஆனால் எவ்விதமென்றால் லட்சுமியின் அவதாரமான அந்தப் பெண் - இறுதியில் விஷ்ணுவையே மணக்கிறாள். நாரதரும் தும்புருவும் பூமாதேவிக்காக ஏங்குகின்றனர், ஆனால் அவளை அடைய முடியவில்லை. அவளை ஒரு பரிசு போல் உடைமையாக்க விரும்புகின்றார்கள், ஆகவே, பொருத்தமில்லாத மணாளர்களாகப் போகின்றனர்; விஷ்ணு அவளைக் காதலிக்கிறார், பெருமைப்படுத்துகிறார், அவளைப் பாதுகாக்கிறார், ஆகவே பொருத்தமான மணாளனாகிறார்.

நாரதர் பிரம்மாவின் மனதினால் படைக்கப்பட்டார். அவர் பிறந்ததும், உலகத்தில் எந்தப் பற்றும் கொள்ளவில்லை, எல்லா ஜீவராசிகளையும் கல்யாணம் செய்ய வேண்டாம் பிள்ளை பெற வேண்டாம் என்று

படம் 2.5
பாதுகாவல் கடவுள்கள்

போதித்தார். ஆகவே உலகம் பெருகவில்லை, அப்படியே இருந்தது. இது பிரம்மனின் கோபத்தைத் தூண்டியது. அவர் நாரதரை ஓய்வில்லாமல் உலகம் முழுவதும் சுற்றுமாறும் மற்றும் விஷ்ணு மறுபடியும் உறங்கும் வரை வாழுமாறும் சபித்து விட்டார். ஆகவே, ஓய்வில்லாத நாரதர் நிறைய சச்சரவுகளுக்கு காரணமாகிறார். (அத்தியாயம் 1ல் உள்ள கதை நமக்கு அறிவுறுத்துவது போல நாரதர் மக்களைத் தூண்டுவதை ரசிக்கிறார்.) இடைவிடாது மக்களின் ஏற்றத்தாழ்வுகளைக் கூறிக்கொண்டே இருக்கிறார், இவ்வாறு கோபத்தைப் பரவி, சண்டைகளை முடுக்கி விடுகிறார். பொறாமையையும் பாதுகாப்பற்ற தன்மையையும் மனதில் நிரப்புகிறார்.

நாராயணனின் இருபுறத்திலும், தலைமாட்டில் அனுமனும் கால்மாட்டில் கருடனும் மண்டியிட்டு அமர்ந்துள்ளனர், படம் 2.5ல் அதிக விளக்கங்களுடன் எவ்வெப்பொழுதெல்லாம் உடைமைப்பித்து, கலக்கம், பாதுகாப்பற்ற தன்மை மற்றும் பொறாமை உலகத்தை அச்சுறுத்துகிறதோ அவ்வப்பொழுதெல்லாம் விஷ்ணு அவற்றைச் சரி செய்யச் செல்கிறார். கருடன் அவருடைய வாகனமாகச் செயல்படுகிறார், மற்றும் அவரைக் கலகப் பகுதிக்கு அழைத்துச் செல்கிறார்.

கழுகுகளும், பாம்புகளும் இயற்கையில் பகைவர்கள். ஒரு கழுகின் முன்னால் ஒரு பாம்பு அமைதியாக இருக்க முடியாது. தன் சுருள்களை நீக்கிக் கொண்டு ஒளிந்து கொள்ள மற்றும் ஓடத் தொடங்கும். ஆகவே கருடன் உலகைத் தூண்டி அசையச் செய்கிறார். பாம்புடனும் கழுகுடனும் சம்பந்தப்பட்டுள்ள விஷ்ணு, உறக்கம் மற்றும் விழிப்பு நிலையிலுள்ள உணர்வைக் குறிக்கிறார்.

சில சமயங்களில் விஷ்ணு, (உலக) விஷயங்களைச் சரிசெய்ய, மனிதனாக மாறுகிறார். அவர் தன்னுடைய அவதாரங்களுள் ஒரு அவதாரமான ராமனாக, அயோத்தியின் அரசராக (6ம் அத்தியாயம் விரிவாகச் சொல்கிறது), வந்தார். இந்தக் காலகட்டத்தில் அனுமான் அவருடைய தோழரானார், தான் இழந்த சீதை எனும் ராணியை மீட்க உதவினார். அனுமான் சங்கட்-மோச்சன், அல்லது இடர்ப்பாடு தீர்ப்பவர் எனப்படுகிறார். அவர் இருப்பு குறிப்பது யாதெனின், உலகம் விழிக்கும்போதே சங்கடங்களும் தொடங்குகின்றன, ஆனால் பிரச்சினையைத் தோற்றுவித்த மனமே தீர்வையும் கொண்டு வரும் சாத்தியம் உடையது என்று உணர்த்துகிறது.

படம் 2.6
ஆல் இலை மேல் குழந்தை

நாராயணன் விஷ்ணுவாக விழித்தெழுந்ததும், மனது உலகத்தை (பிரம்மா) உருவாக்க ஆரம்பிக்கிறது - குறிக்கோள்கள், பிரிவுகள் மற்றும் தீர்ப்புகளைப் பயன்படுத்துகிறது. விலகிக் கொள்வது (சிவா) என்பது, ஒருவருடைய உடல் வலிமை (கார்த்திகேயா) மற்றும் அறிவுத்திறமை (கணேசா) மூலம் பங்கு கொள்வது என்பவற்றிற்கு வழிவிட்டு விடுகிறது. உலகத்தை அடையவும், அனுபவிக்கவும் ஆசை வருகிறது (தும்புரு). எதிர்மறை உணர்ச்சிகளான நிலைகொள்ளாதிருத்தல் மற்றும் பொறாமை (நாரதர்) உணர்வுகளும் வருகின்றன. ஆனால் இந்த எல்லா பிரச்சினைகளையும் மனம் தீர்க்க முடியும் எப்போதென்றால் கருடன் மேல் பறப்பதற்கும் அனுமனைப் போல் ஒழுக்கம் கொள்ளவும் முனைந்தால் முடியும்.

ஆகவே 2.1 படம் குறியீடுகளால் உயர்ந்ததாகவும், படைப்பு நிகழ்வைக் காட்சிப்படுத்துவதாகவும் இருக்கிறது, படைத்தலை உணர்வின் விளைவாக இந்து சாஸ்திரங்கள் இடைவிடாது அறிவிக்கின்றன. நாம் உணரும் போது விஷயங்கள் பிறக்கின்றன. ஆக, படைப்பு என்பது புறத்தோற்றம் அல்ல, அது ஒரு அகப் புரிதல். ஒவ்வொரு நொடியிலும் விஷயங்கள் படைக்கப்படுகின்றன, ஒவ்வொரு படைப்பின் போதும் ஏதாவதொன்று அழிக்கப்படுகின்றது. படைப்பு என்பது ஒரு அலையைப் போன்றது. ஆகவே அழிவு என்பது ஒரு கொந்தளிக்கும் கடலாக உருவகப்படுத்தப்படுகிறது. அங்கே எண்ணங்கள் வீழ்கின்றன மற்றும் கரைந்து விடுகின்றன, புதியவைகள் (கடலில்) கடைந்தெடுத்து முன்னேறத் துடிக்கின்றன.

படம் 2.6 ஆலிலையில் ஒரு பிறந்த குழந்தையைக் காட்டுகிறது. ஒரு முறை, மார்க்கண்டேயர் எனும் முனிவருக்கு உலகத்தில் முடிவான பிரளயத்தின் ஒரு காட்சி வழங்கப்பட்டது. இந்தக் காட்சியில் ஏகப்பட்ட மழை மற்றும் அலைகள் எழுந்து பூமியை விழுங்க உயர்கின்றன, எல்லாம் நீரில் மூழ்கும் வரை. நீர், குறிப்பாகக் கடல், உருவமற்றதைக் குறிக்கிறது. அது அழிவின், பிரளயத்தின் அடையாளம். இல்லாமை என்பதை அலையில் எவ்வாறு கொண்டு வரமுடியும்? எந்த வடிவம் உருவமில்லாமையைக் குறிக்க முடியும்? ஆகவே கடலைக் காண்பிப்பதன் மூலமாகத் தான் செய்ய முடியும். கொந்தளிக்கும் கடல் அழிவின் செயல்பாட்டையும், அமைதியான கடல் மறுபிறப்புக்கு முன் உள்ள சமயத்தையும் காட்டுகின்றன.

படம் 2.7
குழந்தை நாராயணன் வலது கால் கட்டை
விரலைச் சப்பிக் கொண்டிருத்தல்

அழிந்து கொண்டிருக்கும் உலகத்தின் காட்சி மார்க்கண்டேயரை ஒரு பேரச்சத்திற்கும் அவநம்பிக்கைக்கும் உட்படுத்தியது. அப்போது தான் அவர் ஒரு குழந்தையின் மழலைச்சிரிப்பை கேட்டார். அவர் திரும்பிப் பார்த்த போது ஒரு ஆலமர இலை மேல் ஒரு குழந்தை படுத்திருந்தது, அழிக்கும் அலைகள் அதற்கு ஒரு தொட்டில் போல இருந்தது. ஒரு குழந்தை மறுபிறவியின் அடையாளம் அல்லது உயிர் புதுப்பித்தலின் அடையாளம். மார்க்கண்டேயர் குழந்தையைப் பார்த்தார், பிறகு உணர்ந்தார், முடிவு என்று ஒருவர் கருதுவது ஒரு பகுதி, இயக்கத்தின் ஒரு பகுதி; முடிவிற்குப் பிறகு ஆரம்பம் வருகிறது. கிரேக்க, விவிலிய உலகப் பார்வைகளிலிருந்து இது அடிப்படையிலே வித்தியாசமானது, அங்கே சாவு ஒரு முற்றுப்புள்ளி. இந்துத்துவப் பார்வையில், சாவு ஒரு அரைக்காற்புள்ளி, கமா, முற்றுப்புள்ளி என்பது இல்லை.

ஆலிலை மேல் குழந்தை படுத்திருப்பது முக்கியமானது. ஆலமரம் அழிவற்றது என நம்பப்படுகிறது; அது அழிக்க முடியாததைக் குறிக்கிறது. எல்லா உருவங்களும் உருவமற்றவையாகக் கரைந்து போகும் போது அழிக்க முடியாததாக இருப்பது எது? அதுதான் ஆத்மா. ஆகவே இந்தக் குழந்தை ஆத்மாவாக தொட்டிலிடப்படுகிறது. அழியாத ஆத்மா உலகத்தின் அழிவை எந்த உணர்ச்சியும் இல்லாமல் சாட்சியாகப் பார்த்துக் கொண்டிருக்கிறது என்று மார்க்கண்டேயருக்குச் சொல்லப்படுகிறது. பேரழிவும் புயலையும் எழச் செய்யும் செயலானது ஒரு கொடுமையாகவும் அலட்சியமாகவும் தோன்றலாம், ஆனால் தண்ணீர் சாந்தமடையும் போது, களைப்பாறி, மழலையின் சிரிப்பைப் போல கபடமின்றி ஆன்மா மீண்டும் வெளிப்படுகிறது.

இந்த ஆலஇலை தாமரைக்குள் இருக்கிறது. இந்த மலர் பிரம்மாவின் தாமரை, நாராயணன் விழித்ததும் மலர்கிறது. ஆக இந்தப்படம் அழிவையும் (தண்ணீர்) மற்றும் மறுபிறப்பையும் (மலரும் இலையும்) ஒரே நேரத்தில் உணர்த்துகிறது.

படம் 2.7ல் இந்தக் குழந்தை வலது கையில் புல்லாங்குழல் வைத்துள்ளது. வலது கால் பெருவிரலை இடது கையால் பிடித்துள்ளது. இந்தியக்கலையில், வலது பக்கம் ஆன்மாவையும் அறிவையும் குறிக்கிறது ஏனெனில் இடதுபக்கம், துடித்துக்கொண்டே இருக்கும் இதயம் - இயக்கத்தைக் குறிப்பதால் பொருளையும்

படம் 2.8
இரணயகசிபுவின் மரணம்

உணர்ச்சிகளையும் காட்டுகிறது. வலது கட்டை விரலை இடது கையில் பிடிப்பதன் மூலம், கடவுள் ஆன்மீகத்தைப் பொருளுடன் இணைக்கிறார், இவ்வாறு செய்யும் போதே புல்லாங்குழலில் பாட்டிசைக்கிறார், வாழ்க்கையை விளையாட்டாக அணுகும் முறையைச் சொல்கிறார். ஆன்மா ஆனந்திப்பதற்கும் கூர்ந்து ஆய்வதற்குமே உலகம் இருக்கிறது, இது ஒரு விளையாட்டு. கடவுளின் குழந்தை வடிவம், கள்ளங்கபடமற்ற தன்மையையும் மற்றும் பொருளின் புதுப்பித்தலையும் குறிக்கிறது.

இந்து நம்பிக்கைப்படி; ஆத்மா நிரந்தரமானது எப்போதும் இருப்பது. ஆனால் அதற்கு வடிவம் இல்லை; அப்படியானால் அதைக் கலையில் கொண்டு வருவது எவ்வாறு? வடிவத்தைத் தான் மேற்கொள்ள வேண்டும், வேறு வழியில்லை. எந்த வடிவமானாலும் அது குறைவுள்ளது, முழுமையற்றது ஒன்று போலவே ஆன்மா ஆணாகவும், மற்றும் 2.6, 2.7 படங்களில் ஒரு குழந்தையாகவும் சித்தரிக்கப்படுகிறது. இந்த இரண்டு வடிவங்களுமே தமக்குள்ளேயே குறைபாடுகள் உடையவை. ஆனாலும் வேறு வழியில்லை, ஒரு சரியான உண்மையை உணர்த்த குறைவுள்ள வடிவங்களையே பயன்படுத்த வேண்டியுள்ளது.

படம் 2.8 ஒரு கதையில் சொல்லப்பட்டது. ஆன்மாவின் இயல்பை உணர நம் கவனத்தைக் கவர்கிறது. விஷ்ணு பற்றிய கதைகள் இடம்பெறும் விஷ்ணு புராணத்தில், இந்தக் கதை வருகிறது, தந்தைக்கும் மகனுக்கும் ஏற்பட்ட போராட்டத்தைக் கூறுகிறது. தந்தை இரண்யகசிபு, தான் சாவே இல்லாதவன் என நினைக்கிறான், ஏனெனில் ஒரு வரம் வாங்கியுள்ளான். எந்த மனிதனோ, மிருகமோ, எந்தக் கடவுளோ, அசுரனோ, எந்த ஆயுதத்தாலோ, கருவியாலோ, எந்த இருப்பிடத்தின் உள்ளேயோ வெளியேயோ, நிலத்தின் மேலோ, கீழோ, பகலிலோ இரவிலோ கொல்ல முடியாது என்ற வரத்தை வாங்கியுள்ளான். தானே சாஸ்வதமானவன் எனத் தன்னைக் கருதியதால், இரண்யகசிபு தான் ஒரு கடவுள், வழிபடத் தக்கவன் என்று தீர்மானம் கொள்கிறான். ஆனால் அவன் மகன் பிரகலாதன், தன் தந்தை அழியக்கூடியவன் என்றே நம்புகிறான்; அவன் உருவமற்ற, காலவரையற்ற, எங்குமுள்ள கடவுள் நாராயணைத் தான் வணங்குவதாக உறுதி கூறுகிறான்.

''இந்த நாராயணன் எங்கிருக்கிறான்'' அப்பா கேட்கிறார்.

படம்2.9
நரசிம்மர் லட்சுமியுடன்

''எல்லா இடத்தும்'' என்கிறான் மகன் ''உன் அரண்மனைத் தூண்களிலும் உள்ளான்.'' தன் மகன் சொல்வது தவறு என்று ஒரு வழியாக உறுதிப்படுத்த வேண்டும் என நினைத்த இரண்யகசிபு ஒரு தூணைப் பிளக்கிறான். படத்தில் நாம் பிளந்த தூணைப் பார்க்கலாம். இந்தத் தூணிலிருந்து அதிவிசித்திரமான ஜந்து வெளி வருகிறது, பாதி மனித உடல், பாதி சிங்கம். இந்த ஜந்து மிருக மனித எல்லைகளைத் தாண்டி விடுகிறது. சாத்தியமே இல்லாத ஒன்றிலிருந்து வருகிறது, எல்லா தளைகளையும் எல்லைகளையும் உடைத்து வருகிறது. சாதாரணம் என்பது எது அசாதாரணம் என்பது எது என்பது போன்ற எல்லா கொள்கைகளையும் தூக்கி எறிகிறது. நரசிம்மம் கடவுளே, நாராயணனின் ஒரு வடிவம். மனித மனத்தினால் முடியாது எனும் கோட்பாடு கடவுள் மனதில் முடியும் என்பதாகச் சொல்லப்படுகிறது. தான் பெற்ற (வர) சக்தி இரண்யகசிபுக் கண்ணை மறைத்துக் குருடாக்கி விட்டது. உலகத்தின் முடிவைத் தான் அறிந்து விட்டதாக நினைக்கிறான். ஆனால் கடவுள் முடியாததையும் முடியும்படி செய்கிறார். இரண்யகசிபு, இயற்கை மீறியது, ஆகவே இல்லவே இல்லாதது, என நம்பிய ஒரு ஜந்துவாகக் கடவுள் இரண்யகசிபு முன் தோன்றுகிறார். நரசிம்மா கடவுள் என பார்க்கப்படுகிறார். ஆனால் ஒரு பூதத்தின் தோற்றத்தில் பீதியூட்டுகிறார், ஆகவே பூதத்தனம் உள்ளவர் ஆகிறார். அவர் கடவுளும் இல்லை பூதமுமில்லை, அல்லது ஒரு வேளை இரண்டுமே, தந்தை, மகனைப் பொறுத்தவரையில்.

மனிதனும் மிருகமும் இல்லாத இந்த ஜந்து, இரண்யகசிபுவை அரண்மனை வாயிலுக்கு இழுத்துச் செல்கிறது - வசிக்கும் உட்பகுதியோ வெளிப்பகுதியோ இல்லை. அங்கு சந்தியா நேரத்தில், காலை மாலையற்ற நேரத்தில், இரண்ய கசிபுவைத் தன் மடிமேல் கிடத்துகிறது. இரண்யகசிபு பூமிக்குக் கீழேயோ, பூமி மீதோ, பூமிக்கு மேலோ இல்லை. தன் நகங்கள் மூலமாகவே அவனைக் கிழித்து விடுகிறது. நகங்கள் ஆயுதமோ கருவியோ இல்லை. இவ்வாறாக இரண்யகசிபு, தான் நிரந்தரமானவன் என்று நினைத்திருந்தவன், அவன் ஆணவம் சிதைந்து கொல்லப்படுகிறான்.

மகன் நாராயணனைப் போற்றுகிறான், ஆனால் தன் அப்பாவின் ரத்தத்தைக் குடித்த இந்த ஜந்துவைக் கண்டு பயப்படுகிறான்.

படம் 2.10
அர்ச்சுனன் கிருஷ்ணரின் உபதேசம் கேட்டல்

படம் 2.9 நரசிம்மரின் சாந்த வடிவைக் காண்பிக்கிறது. நரசிம்மர் தன் உக்ர வடிவில் உலகத்தையே அழித்து விடுவார் என அஞ்சப்படுகிறது, ஆகவே பெண் தெய்வமான லட்சுமி, நரசிம்மரின் முன் சென்று, தன்னைப் பாதுகாக்கும் கடமையை அவருக்கு உணர்த்தி கோபம் தணியுமாறு செய்கிறாள். இந்தப்படம் நரசிம்மரை லட்சுமியுடன் காண்பிக்கிறது, பாதுகாப்பவரும் பாதுகாக்கப்படுவருமாக, இறைவனும் இறைவியுமாக, பிரகலாதனால் பூஜிக்கப்பட்டவராக. மற்றுமுள்ள நான்கு கடவுள்கள் ஒருவேளை நான்கு வேதங்களாக இருக்கக்கூடும், அல்லது உலக வாழ்க்கையின் அறம் பொருள் இன்பம் வீடு என்பதாகவும் இருக்கக்கூடும்.

பிரகலாதனின் அப்பா அசுரனாக வர்ணிக்கப்படுகிறார், ஆனால் மகனை அப்படிச் சொல்வதில்லை. இருவருமே அசுரர்கள் தான், ஆனால் பொதுவான நம்பிக்கைக்கு மாறாக, எல்லா ராட்சதர்களும் அசுரர்களாவதில்லை. நோக்கமும் நடத்தையுமே யாரையும் ராட்சதனாக்குகிறது. இரண்யகசிபு ஆணவம் உற்றவன், இந்த ஆணவம் சக்தியால், அதிகாரத்தால் வருகிறது. ஆணவத்தில், அவன் எல்லா சாத்தியக்கூறுகளையும் தெரிந்து கொண்டதாக எண்ணிவிடுகிறான். கடவுளுக்கு எல்லாம் தெரியும். ஆனால் அறிவாளர்கள், ‘மனித மனம் எல்லை கொண்டது, பிரபஞ்சத்தின் எல்லையற்ற விளக்கங்களைத் தாங்க முடியாது’ என்பதை அறிவர். இப்படியும் அப்படியும் இல்லாமல், ஆனால் இரண்டுமே போல நரசிம்மரைப் போல - இந்த உலகத்தில் கண்டுபிடிப்பதற்கு நிறையவே உள்ளன.

நரசிம்மர் வட்டம் அமைந்துள்ள பாம்பு மேல் அமர்ந்துள்ளார். இது அமைதியை அசையாத் தன்மையைக் குறிக்கிறது, (ஆத்ம) உணர்வின் இருப்பிடத்தை உணர இந்தக் குணம் அவசியம். இங்கு கடவுள் பெண் கடவுளுடன் இணைந்திருக்கிறார். ஆன்மாவும் பொருளும் ஒன்றாக இருக்கின்றன. பின்புலத்தில் பிளந்த தூண் உள்ளது, பொருளும் ஆன்மாவும் பிளக்கப்பட்டது, நம் உடலும் ஆன்மாவும் பிரிக்கப்பட்டுள்ளது.

படம் 2.10 *பகவத்கீதை* உபதேசித்தலுக்கு முன்புள்ள காட்சியின் விவரம் பகவத்கீதை இந்துமத புத்தகங்களுள் மிகவும் பிரசித்தி பெற்றது. அதை அப்படியே மொழி பெயர்த்தால் ‘‘கடவுளின் சங்கீதம்.’’ இங்கு கடவுள் கிருஷ்ணரின் வடிவத்தை எடுக்கிறார். அர்ச்சுனனுக்குத்

படம் 2.11
கிருஷ்ணின் பிரபஞ்ச வடிவம்

தேரோட்டியாக சேவை செய்கிறார். மிகப்பெரிய வில்வித்தைக்காரனான அர்ச்சுனன் தன் முன்னால் உள்ள கடுமையான உண்மையை எதிர்கொள்கிறான். சொத்துக்களுக்காகவும் கொள்கைக்காவும் அவன் போர் நடத்தவிருக்கிறான், அதில் அவன் குடும்பத்தாரையும் நண்பர்களையும் கொல்ல வேண்டி வருகிறது. கடவுள் அதைச் செய்யச் சொல்கிறார். எப்படி அவன் அவ்வாறு செய்ய முடியும்? ஏன்? அவன் போரிட மறுக்கிறான். கிருஷ்ணரையே வழிகாட்டக் கூறுகிறான். பதிலுக்கு கிருஷ்ணன் ஒளியூட்டும், சக்தி தரும் வார்த்தைகளை உரைக்கிறார்.

கிருஷ்ணன் அர்ச்சுனனுக்கு இந்த உலகத்தின் இயல்பை விளக்குகிறார். அழிவில்லாத சாஸ்வதமான ஆத்மாவிற்கு கவனத்தை ஈர்க்கிறார், எப்போதும் மாறும் இயல்புடைய பொருளைப் பற்றிக் கூறுகிறார், இதன் மூலம் பிறப்பு இறப்பை உணர்த்துகிறார். பொருட்கள் அழிகின்றன மறுபடி பிறக்கின்றன பிறகு வாழ்க்கைக்கு என்னதான் அர்த்தம்? இதை சொல்வது - பொருளின் இருத்தலே நம்மை ஆன்மாவை நோக்கி கவனத்தைத் திருப்புவதற்காகவே, சாஸ்வதமான, மாறுதல் இல்லாத தத்துவத்தை உணர்வதற்காகவே. இதை உணர்வதற்காக நம் வாழ்க்கை மூலமும் நம் சமுதாயத்தின் மூலமும் நம் பாதையை கடந்து செல்ல வேண்டும். நாம் சமுதாயத்தின் அங்கத்தினர்களாகச் செயல்பட வேண்டும், நம் கடமைகளைச் செய்ய வேண்டும், நாம் சரியானது என்று நம்பியவைகளுக்காகப் போரிட வேண்டும், மற்றும் பிரபஞ்ச அறிவிற்குப் பணிதல் வேண்டும். வாழ்க்கை என்பது வாழ்வதற்கே, பங்கு கொள்வதற்கே, தப்பி ஓடிவிடுதல் என்பது சரியான செயலல்ல. ஆசைகளிலிருந்து உண்டாகும் செயல்கள், நம்மை ஓயாத பிறப்பு இறப்புச் சூழலில் சிக்க வைக்கின்றன என நமக்குச் சொல்லப்படுகிறது. மனதை அடக்கி, ஆசைகளைக் கட்டுப்படுத்தி, உணர்ச்சியற்றுச் செயல்புரிந்து, உலகத்தை ஆளும் ஆசையோ அல்லது ஆணவத்தின் பாற்பட்டோ செயல் புரியாமல் இருந்தால், விடுதலை சாத்தியமே.

கிருஷ்ணனால் ஆன்ம ஒளி பெற்ற அர்ச்சுனன், அவருடைய உண்மையான ரூபத்தை காட்டுமாறு கேட்கிறான் ஏனெனில் கிருஷ்ணன் சாதாரண மானிடன் அல்ல என்பது நிரூபணமாகி விட்டது. கிருஷ்ணன் அப்போது தன் விஸ்வருபத்தை, பிரபஞ்ச வடிவத்தை,

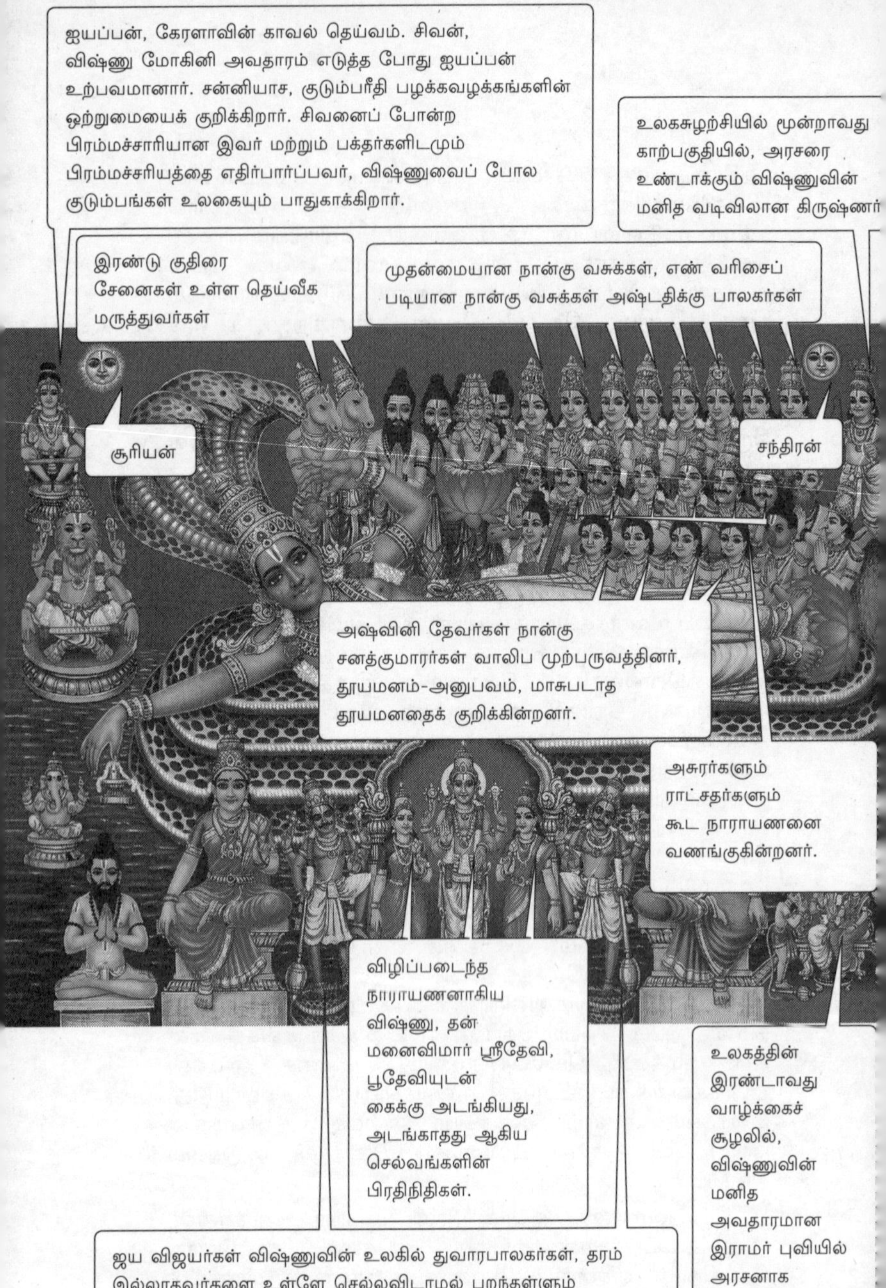

ஐயப்பன், கேரளாவின் காவல் தெய்வம். சிவன், விஷ்ணு மோகினி அவதாரம் எடுத்த போது ஐயப்பன் உற்பவமானார். சன்னியாச, குடும்பரீீ பழக்கவழக்கங்களின் ஒற்றுமையைக் குறிக்கிறார். சிவனைப் போன்ற பிரம்மச்சாரியான இவர் மற்றும் பக்தர்களிடமும் பிரம்மச்சரியத்தை எதிர்பார்ப்பவர், விஷ்ணுவைப் போல குடும்பங்கள் உலகையும் பாதுகாகிறார்.

உலகசுழற்சியில் மூன்றாவது காற்பகுதியில், அரசரை உண்டாக்கும் விஷ்ணுவின் மனித வடிவிலான கிருஷ்ணர்

இரண்டு குதிரை சேனைகள் உள்ள தெய்வீக மருத்துவர்கள்

முதன்மையான நான்கு வசுக்கள், எண் வரிசைப் படியான நான்கு வசுக்கள் அஷ்டதிக்கு பாலகர்கள்

சூரியன்

சந்திரன்

அஷ்வினி தேவர்கள் நான்கு சனத்குமாரர்கள் வாலிப முற்பருவத்தினர், தூயமனம்-அனுபவம், மாசுபடாத தூயமனதைக் குறிக்கின்றனர்.

அசுர்களும் ராட்சதர்களும் கூட நாராயணனை வணங்குகின்றனர்.

விழிப்படைந்த நாராயணனாகிய விஷ்ணு, தன் மனைவிமார் ஸ்ரீதேவி, பூதேவியுடன் கைக்கு அடங்கியது, அடங்காதது ஆகிய செல்வங்களின் பிரதிநிதிகள்.

உலகத்தின் இரண்டாவது வாழ்க்கைச் சூழலில், விஷ்ணுவின் மனித அவதாரமான இராமர் புவியில் அரசனாக நடக்கிறார்.

ஜய விஜயர்கள் விஷ்ணுவின் உலகில் துவாரபாலகர்கள், தரம் இல்லாதவர்களை உள்ளே செல்லவிடாமல் புறந்தள்ளும் உக்ர காவலர்கள்.

படம் 2.12
நாராயணனின் பெரியதொரு உறக்கம்

விஸ்வரூபம் என்று சொல்லப்படும் மாபெரும் வடிவத்தைக் காண்பிக்கிறார், எல்லாவற்றையும் தன்னுள் கொண்டுள்ள அகன்ற வடிவமாகவே இருக்கிறார். இது படம் 2.11ல் காட்டப்படுகிறது.

கிருஷ்ணருள் எல்லா கடவுள்களும், அசுரர்களும், ரிஷிகளும், மகான்களும் இருப்பதை அர்ச்சுனன் காண்கிறான். சூரியனாகவும், சந்திரனாகவும், நட்சத்திரங்களாகவும், கிரகங்களாகவும், நதிகளாகவும், நெருப்புகளாகவும் கிருஷ்ணன் இருக்கிறார். எது இருந்தது, இருக்கின்றது, இருக்கப் போவது யாவுமே அவர் தான். எல்லாமே அவர் வடிவங்கள். எல்லாமே அவர் திசைகள். முடிந்ததும் அவரே முடியாததும் அவரே. கிருஷ்ணரே உயிரை சுவாசமாக வெளியிடுவதையும் மரணத்தை சுவாசமாக உள்ளிழுப்பதையும் அர்ச்சுனன் காண்கிறான். எல்லா உலகங்களும் அவர் வாயிலிருந்து புறப்படுகின்றன, மற்றும் பற்களால் கடிக்கப்படவும் செய்கின்றன.

இது இறைவனைப் பற்றிய இந்துச் சிந்தனை. கடவுளே எல்லாம். அவர் எல்லாவற்றின் உள்ளும் இருக்கிறார், வெளியும் இருக்கிறார். அவரே அவள், 'அவர்' 'அவள்' யாவுமே 'அது'. உயிருள்ளதும் ஜடப்பொருளும் யாவும் கடவுளே. மனிதன், மனிதனின் கீழ் உள்ளவன், மேல் உள்ளவன் எல்லாமும் கடவுளே. கடவுள் உருவமில்லாதவர் மற்றும் எல்லா வடிவங்களிலும் விளக்கப்படுகிறார். நாம் பார்க்கும் யாவும் கடவுளே. நாம் உணரும் யாவும் கடவுளே. வெளியே தனியாக எங்கும் கடவுள் இல்லை. அவர் நம்முள்ளும் இருக்கிறார், நம்மைச் சுற்றியும் இருக்கிறார். நாமே பார்ப்பவர்கள் நாம் பார்ப்பதாகிய வாழ்வை உற்பத்தி செய்வதும் நாமே. நம் வாழ்க்கைகளிலிருந்து நாம் வேறுபட்டவர்கள் அல்லர். நாமும் நம் உலகமும் ஒன்றே. இதுதான் அத்வைதம், பேதமறுப்பு.

நாம் கடவுளும் கூட, நம் உண்மையை நாம் கண்டுபிடிக்கவில்லை. நம் ஆணவங்களால் குறுகியுள்ளோம். உலகத்தைப் பற்றிய முழுமையற்ற புரிதல், சார்புநிலைகள் மற்றும் நம் நினைவுகளால் நாம் குறுகியுள்ளோம். நம்மிடமிருந்து, இவை எல்லாவற்றிடமிருந்து நாம் விடுபட வேண்டும் மற்றும் *பகவத்கீதை*யின் படி, நாம் வாழ்க்கையை வாழ்ந்தால், உலகம் இயற்றிய சட்டங்கள், நியாய தார்மீகங்களில் வாழ்ந்தால் மட்டுமே இந்த விடுதலை சாத்தியமாகும்.

நாம் இறக்கும் போது, நாம் மறுபடியும் பிறப்போம் என்பதை உணர வேண்டும். இன்னொரு வாழ்க்கை இருக்கும், நம் கண்களைத் திறக்க, மற்றும் ஒரு புது உலகத்தை, புது கண்களுடன் பார்க்க இன்னொரு சந்தர்ப்பம் வரும். இந்த புதிய கண்ணோட்டங்களுடன் விஷயங்களைப் பார்க்கும் புதிய பார்வை ஏற்படும், புதிய சட்டங்களுடன், புதிய சார்புநிலைகளுடன். மறுபடியும் நாராயணனின் நாபியிலிருந்து, 2.12 படம் உள்ளது போல், பிரம்மாவின் தாமரை மலர் எழும். இன்னொரு முறை லட்சுமி கவனமும் பாதுகாப்பும் கோருவாள். நாரதரும் தும்புருவும் அவளை அடைய சண்டையிடுவர் மற்றும் நாரதர் நம்மை பொறாமைக்கும் வன்செயலுக்கும் தூண்டுவார். நிலைமையைச் சரிசெய்ய நாம் தனித்திருப்போம், கருடன் மேல் பறப்போம் சுற்றுவோம், மற்றும் அனுமனைப் போல் கட்டுக்கோப்பில் இருப்போம் ஒரு புது எழுச்சி ஒரு புதிய உலகம், இன்னொரு சந்தர்ப்பம் அதைச் சரிசெய்யவே.

இந்து உலகம் இறப்பு பிறப்பு சுழற்சிகளில் செல்வதால், இந்த வாழ்க்கை என்பது நம் பல வாழ்க்கைகளுள் ஒன்று. ஆகவே ஒரு கதாநாயகனாக இருப்பதற்கு பெரிய உந்துதல் எதுவும் இல்லை. எந்த அவசரமும் / பரபரப்பும் இல்லை. எல்லாமே காண்பவர்களின் கோணங்களில் இருப்பதால், எல்லாவற்றிலுமே ஒரு நிச்சயமற்ற தன்மை உள்ளது. எல்லா விஷயங்களுமே சார்புநிலைகள் உள்ளவை. சந்தர்ப்பநிலை உள்ளவை மற்றும் நிரந்தரம் அற்றவை. எல்லா சந்தர்ப்பங்களிலும் சார்ந்திராத முழுமையான, நிரந்தரமானதொன்றை நோக்கி ஒருவன் ஏங்கி நிற்கிறான். அதுதான் ஆத்மா - இந்த ஆத்மாவின் உறக்கம் அழிவிற்கு இட்டுச் செல்கிறது, இதன் பார்வை உலகத்திற்கு உருவம் தருகிறது. வாழ்க்கையின் குறிக்கோள், உலகத்தைப் பார்ப்பவரை, படைத்தவரைக் கண்டுபிடிப்பதே.

3
அர்த்தநாரியின் ரகசியம்
நம்முள் அசையாதிருப்பவர் கடவுள்,
நம்மை சுற்றிலுமுள்ள அசைவு இறைவி

படம் 3.1
ஆணின் மூன்றுவடிவிலான தெய்வம்

இந்துத்துவத்தில் கடவுள் நிர்க்குணம் (உருவம் அற்றவர்) அல்லது சகுணம் (உருவம் உள்ளவர்). உருவத்துடன் குறிக்கும் கடவுளின் எந்த அடையாளமும் முழுமையற்றது, குறைபாடுள்ளது, எந்த வடிவமும் குறைகளுள்ளது. கடவுளைச் செடியாக உருவகப்படுத்தினால், அப்போது அது மிருகங்களையும், கனிப்பொருள்களையும் தவிர்க்கிறது. கடவுள் மனிதனாக உருவகிக்கப்பட்டால், மிருகங்களும் செடிகளும் தவிர்க்கப்படுகின்றன. மனிதனாகக் கடவுளைக் கருதினால், ஆணாக இருக்க வேண்டுமா பெண்ணாக இருக்க வேண்டுமா அல்லது இரண்டுமாக இருக்க வேண்டுமா? இந்துக்களைப் பொருத்தவரை கடவுளை ஒரு வடிவத்தில் மட்டுப்படுத்த முடியாது. கடவுளைப் பற்றிய எண்ணம், செடிகள், மிருகங்கள், கனிவளங்கள், மனிதர்கள் (ஆண், மற்றும் பெண்) மற்றும் சிலவற்றை சேர்த்த வடிவங்களாகவும் - வெளிப்படுத்தபடுகின்றன. நிறைய இந்துக்களுக்கு கடவுள் மூன்று ஜோடிகள் உருவத்தில் சிறப்பாக வெளிப்படுத்தப்படுகின்றார்; பிரம்மா-சரஸ்வதி, விஷ்ணு-லட்சுமி, சிவன்-சக்தி.

படம் 3.1 இந்து மும்மைக் கோட்பாட்டை சித்தரிக்கிறது. பிரம்மா படைப்பவர், விஷ்ணு காப்பவர், மற்றும் சிவன் அழிப்பவர். பிரம்மா நான்கு முகங்களுடனும் புத்தகத்துடனும் ஒரு புரோகிதர் போல் உள்ளார்; விஷ்ணு தன் நான்கு கரங்களிலும், சங்கு, சக்ரம், கதை, தாமரை இவற்றுடன் அரசர் போல் உள்ளார்; சிவன், தன் திரிசூலத்துடன், ஆண்டி (சன்யாசி) போல் உள்ளார்.

படம் 3.2 இந்துத்துவத்தின் பெண் மும்மைக் கோட்பாட்டைச் சித்தரிக்கிறது. லட்சுமி, சரஸ்வதி, மற்றும் சக்தி-செல்வம், அறிவு, சக்தியாக உணரப்படுகின்றனர். லட்சுமி சிவப்பாடை உடுத்தியுள்ளாள், ஒரு பானையை வைத்துள்ளாள்; சரஸ்வதி வெள்ளாடை உடுத்தியுள்ளால், வீணையைக் கையில் வைத்துள்ளாள்; சக்தி ஆயுதங்கள் தரித்துள்ளாள் சிங்கத்தின் மேல் வலம் வருகிறாள்.

ஒருவர் இந்த வடிவங்களைக் கவனமாக நோக்கினால், ஆண் முக்கோட்பாடு வினைச்சொற்களாக உள்ளன. படைத்தல், காத்தல், அழித்தல். பெண் கோட்பாடு குணங்கள் அனைத்தும் பெயர்ச்சொற்களாக உள்ளன; அறிவு, செல்வம், சக்தி. கடவுள்கள் வினை புரிகிறார்கள். அவர்களால் படைக்க, காக்க, அழிக்க முடிகிறது. பெண் கடவுள்கள் வெறுமனே அமர்ந்துள்ளனர். செல்வம், அறிவு, சக்தி முதலியன படைக்க, காக்க, அழிக்கப்படலாம்.

படம் 3.2
தெய்வம் பெண்ணின் மும்மைக் கோட்பாடு

இவ்விஷயத்தில் ஒருவருக்கு இக்கேள்வி எழ வேண்டும். படத்தின் உருவத்தை குறிப்பவர் அல்லது குறிக்கப்படுவது என எந்தப் பாலினமாகக் கொள்வது? குறியீட்டின் வடிவத்தில் (பாலினம்) கவனம் செலுத்துவதா? அல்லது அவற்றின் மூலம் குறிப்பிடப்படும் கருத்துக்கு கவனம் கொடுப்பதா?

உருவத்தில் முனைப்பாக இருந்தால், மற்றும் உருவம் கொண்ட உணர்த்துபவர் மற்றும் உணர்த்தப்படும் கொள்கையும் ஒன்று என்று கொண்டால், அப்போது அந்த உருவம் ஆண் ஆளுமைக் குடும்ப ரீதியாகக் கொள்ள வேண்டும், இது நமக்கு உரைப்பது-ஆண்கள் செயல் புரியும் வினைஞர்களாக உள்ளவர், பெண்கள் வினைக்கு உரியவர்கள் (செயல் செலுத்தப்படுபவர்கள்), ஆனால் இத்தகைய விளக்கங்கள் பெண்ணியக்க வாதிகளை மட்டுமே திருப்திப்படுத்தும்: ஆண் ஆளுமை மற்றும் சமூகக் கொள்கையை இருமைகள் மூலம் - ஆண்/பெண், சக்தி வாய்ந்தவர் / சக்தியற்றவர், பலியாள்/ பலி செய்பவர், எஜமான் / வேலைக்காரர் - திருப்திப்படுத்தும்.

இத்தகைய உருவங்களை வேறு கோணத்தில் பார்க்கலாம். உருவம் உணர்த்தும் கொள்கையை மட்டும் மேற்கொள்ளல். இதைச் செய்துவிட்டால், ஆண் முக்கோட்பாடு என்பது ஒரு தனி மனிதரை, பார்ப்பவரை, செய்பவர், உணர்பவர், எதிர்வினை புரிபவர் முதலிய எல்லாமாக உள்ள ஒருவரை, உணர முடியும் - அதாவது நமக்குள்ளேயே இருக்கும் ஆன்மீக உண்மையை உணர முடியும். நாம் ஆணோ பெண்ணோ - படைத்து, காத்து, அழிக்கிறோம். இந்த பெண்மைக் கோட்பாடு அப்போது பார்த்தலை உணர்த்துகிறது - அது ஊக்கம் அளித்து எதிர்வினையைத் தூண்டுகிறது மற்றும் அது ஒரு எதிர்வினையின் வாங்கிக் கொள்பவராக இருக்கிறது - அதாவது மனமும் பொருளும் படைத்த உலகத்தை, நம் எண்ணங்கள், உணர்வுகள் உணர்ச்சிகள் ஆகியவற்றின் உலகத்தைப் பார்க்கிறது. கடவுள்கள் நம் எல்லாரிலும் உள்ளார். நம்மைச் சுற்றிலும் பெண் கடவுளர்களும் உள்ளனர். நாம் செல்வம், அறிவு, சக்தியைப் படைக்க, காக்க (இருத்திக்கொள்ள), அழிக்க முடியும். நாம் செல்வத்தை, அறிவை, சக்தியைப் பயன்படுத்தலாம் அல்லது தவறாகவும் பயன்படுத்த முடியும்.

அடுத்த கேள்வி; ஆன்மீகத்திற்கு ஆண் உருவமும், பொருள் சார்ந்தவற்றுக்குப் பெண் உருவமும் ஏன்

படம் 3.3
பிரம்மா, படைப்பவர்

பயன்படுத்தப்படுகிறது? இதைப் புரிந்துகொள்ள, பொருள் சார்ந்த மெய்மைக்கும், ஆன்மீக மெய்மைக்கும் இடையிலான வேறுபாட்டை நாம் புரிந்துகொண்டாக வேண்டும். பொருள் ரீதியான உண்மை இடம் காலத்திற்குட்பட்டது. கால இடத்தால் அடங்காதது ஆன்மீக உண்மை. பொருள் சார்ந்த உண்மை உருவமுடையது; ஆகவே அளக்க முடிவது, அதை ஒரு 'அளவை'யில் அடைக்க முடியும். ஆனால் ஆன்மீக உண்மை உருவமற்றது, அளக்க முடியாதது; ஆகவே அதை ஒரு பாத்திரத்துள் வைக்க முடியாதது. மனித ஆண் பௌதீகம், எடுத்துக்காட்டாக, ஆணின் உடற்கூறுஇயல், உயிரை தனக்கு வெளியே படைக்கிறது. அதற்கு மாறாக, பெண்ணின் உடல் தனக்குள் ஒரு உயிரை படைக்கிறது. ஆக, பெண்ணுருவம் பாத்திரத்தைக் குறிக்கிறது, எல்லா பொருள்களின் மூலமாக பெண் பொருள் உண்மையின் அடையாளமாக ஆகிறது, மனிதனை ஆன்மீக உண்மையின் அடையாளமாக்குகிறது. துரதிருஷ்டவசமாக, சமுதாயம் அர்த்தத்தை மாசுபடுத்தியுள்ளது, எனவே அடையாளங்கள் உண்மைகளாக்கப்பட்டன. பெண்கள் பொருள் உண்மையைக் குறிக்கின்றனர், ஆண்கள் ஆன்மீக உண்மையைக் குறிக்கின்றனர் என்று சொல்வதற்குப் பதில் பெண்களே பொருள் ரீதியான உண்மை, ஆண்களோ ஆன்மீக உண்மை என்கிறோம். இதுவே அரசியல் மற்றும் கொள்கைப் போராட்டங்களை உருவாக்குகிறது. இந்த எண்ணங்களை வெளிப்படுத்தும் விதத்தை நாம் உணர வேண்டும் மற்றும் புராணத்திற்கு அப்பாற்பட்ட தொன்மத்தைப் புரிந்து கொள்ள வேண்டும்.

நம்முடைய ஆத்மா அல்லது உணர்வு படைப்பாற்றல் உள்ளதாக இருக்க முடியும் (படம் 3.5ல் உள்ள விஷ்ணு) அல்லது படம் 3.7 ல் உள்ளது போல அழிக்கும் சிவனாக இருக்க முடியும். மனமும் பொருளும் புத்தி பூர்வமானதாக இருக்கலாம் (படம் 3.8 ல் உள்ள சரஸ்வதி), பொருள் ரீதியாகவும் இருக்கலாம் (3.6 படத்தில் உள்ள லட்சுமி) அல்லது உணர்ச்சி பூர்வமானதாக இருக்கலாம். (3.0 படத்தில் உள்ள சக்தி) ஆன்மீக உண்மை அல்லது கடவுள் - மறுப்பதின் மூலம் உணர்த்தப்படுகிறது. அன்று அதுவன்று அதுவன்று என மறுப்பதன் வாயிலாக ஆன்மீக மெய்மை அல்லது இறைவன் சிறப்பாக உணர்த்தப்படுகிறது. இறைவி அல்லது பொருளியல் மெய்மையானது, இதுவே, அது இதுவே இதுவும் அதுவும் என்கிற உறுதிப்படுத்தல் மூலமாக உணர்த்தப்படுகிறது.

படம் 3.4
அறிவின் தெய்வம் சரஸ்வதி

செல்வம், அறிவு, சக்தி / அதிகாரம் என்பவை பணக்காரன் ஏழை என்றெல்லாம் பார்ப்பதில்லை, அழகுள்ளவள் அழகற்றவன் என்றும் பார்ப்பதில்லை, உயர்ந்த வர்க்கம், தாழ்ந்த வர்க்கம் என்றும் பார்ப்பதில்லை. பாத்திரத்தில் உள்ள அரிசி அரசனின் பசியும் தீர்க்கும், ஆண்டியின் பசியும் தீர்க்கும். அறிவை விரும்புபவன் காவல் ஊழியரானாலும் சரி, குற்றவாளியானாலும் சரி, அறிவைப் பெறுபவன். தகுதியுள்ளவனுக்கு அதிகாரம்/ சக்தி கிடைக்கும். இந்த தேவதை பாராபட்சம் பார்ப்பதில்லை; சீர்தூக்கிப் பாராத நெறியைக் குறிக்கிறார்.

சீர்தூக்கிப் பார்க்கும் தன்மை / திறமை அளத்தல் என்பது ஆண் வடிவங்களுள் உள்ளது. கடவுள் சமூகத்தைப் படைக்கிறார், காக்கிறார், அழிக்கிறார். நீதி, நேர்மை, தார்மீகம் மதிப்புகள் யாவற்றுக்கும் நீர் ஊற்றுக்கண் கடவுளே. தேவதையை அளந்து விடலாம். ஆனால் அளப்பவர், அளக்கும் கருவி எல்லாம் கடவுளால் படைக்கப்பட்டு, காக்கப்பட்டு, அழிக்கப்படுகிறது. அளவைக்கான சமஸ்கிருத வார்த்தை மாயா - ஆகவே தான் இந்தத் தேவதை மகாமாயா எனப்படுகிறது. மிகப்பெரியது ஒன்று அதை காக்க முடியும், மதிப்பிட முடியும். அவள்தான் பௌதீகம் / பொருள், அவளே சக்தி, அவளின் வெவ்வேறு வடிவங்கள், அவளைப் பார்ப்பவரால் படைத்து, காத்து அழிக்கப்படுகின்றன.

நாராயணா விழிக்கும் போது, இந்த தேவதை புலன்களால் அறியப்படுகிறாள். வார்த்தைகளைப் பயன்படுத்தி வகைப்படுத்தப்படுகிறாள், எண்ணங்களால் மட்டுப்படுத்தப்படுகிறாள் மற்று அளவுகோல்களால் அளக்கப்படுகிறாள். திடீரென மதிப்பீடு செய்யப்பட்டு சீர்தூக்கிப் பார்க்கப்படுகிறாள். இத்தகைய வடிவங்கள், பெயர்கள் மற்றும் மதிப்பீடுகள் நம்மை கவர்கின்றன, சிக்க வைக்கின்றன, மயக்குகின்றன, நம் உணர்ச்சிகளைத் தூண்டுகின்றன; நம்மை சந்தோஷ மாகவோ, வருத்தமாகவோ ஆக்குகின்றன, ஏனெனில் அவை எப்போதும் ஒரு போலிருப்பதில்லை. இதனால் தான் மாறி வரும் வடிவங்களுடைய இந்த பொருள் உலகம் அடிக்கடி 'மாயா' - மயக்கத்தின் வடிவம் எனப்படுகிறது. நாம் அனுபவிக்கும் உலகமே அவள். அவள் மாறிக்கொண்டே போகும் போது, நாம் அவளை அடக்க முனைகிறோம், அவளை அப்படியே நிறுத்தி நிரந்தரமாக

அர்த்தநாரியின் ரகசியம்   69

படம் 3.5
விஷ்ணு, காப்பவர்

ஆக்கப் பாடுபடுகிறோம், ஆனால் தோல்வி காண்கிறோம். ஏனெனில் அவளின் முக்கியமான தன்மையே மாற்றுதல்.

இத்தகைய தேவதையை உணரும் போதே மாறாத ஒன்றை நாம் போற்ற முடியும் - அசையாத சாந்தமான, அமைதியான, நமக்குள் இருக்கும் கடவுளை. மாயாவின் நிம்மதியற்ற தன்மையை அனுபவிக்கும் போதே, ஆத்மா என்ற ஒன்றை உணர வைக்கிறது, மயக்குபவளின் நடனத்தைக் காண வைக்கிறது. வாழ்க்கையை விழுங்கிக் கொண்டும் வெளி உமிழ்ந்துக் கொண்டும் இருக்கும் பிரக்ருதியை, இயற்கையை உணரும் போதே அது நம்மை புருஷனைத் தேட வைக்கிறது. இந்தப் புருஷனே வாழ்க்கையின் விளையாட்டை அமைதியாக பார்க்கும் சாட்சி.

கி.மு 500 ஆண்டுகள் அளவில் வந்த இந்து சாத்திரங்களான உபநிடதங்கள் எப்போதும் இந்த இரண்டு உண்மைகளைக் குறிக்கின்றன. மாறும் உண்மை, மாறாத உண்மை. ஒன்றின் இருப்பே மற்றதின் இருப்பை குறிக்கிறது. மாறுவதில் நாம் நிச்சயத்தை தேடுகிறோம். கொந்தளிப்பில் கலகமற்றதை தேடுகிறோம். அசைவில் அசைவற்றதை தேடுகிறோம். சத்தத்தில் அமைதியைத் தேடுகிறோம். இரண்டு சார்புநிலை உண்மைகளின் கொள்கையே நம்மை சரித்திரகாலம் முதற்கொண்டு வெவ்வேறு நிலப்பகுதி வழியாக பல்வேறு செடி, மிருகம், கனிமவளம், வடிவியல் மற்றும் மனித அடையாளங்கள் மூலம் வந்தடைகின்றன.

எல்லா செடிகளுமே வளர்கின்றன, காலத்தில் மாறுகின்றன - சில மற்றவற்றை விட அதிகமாகவே செல்கின்றன. ஒரு முனையில் ஆலமரம். இதற்கு நீண்ட ஆயுள் உண்டு, இது நிழல் தரும், ஆனால் மனிதனுக்கு உணவளிப்பதில்லை. இன்னொரு முனையில் புல்லும் தானியமும். இவைகளின் ஆயுள் குறுகியது, இவை நிழல் தாராது, ஆனால் உணவளிக்கும். முந்தையது (ஆலமரம்) மாறுதலற்ற உண்மையை உணர்த்துகிறது. இது வாழ்க்கை பெருஞ்சுமையாகும் போது கடினமாகும் போது ஆன்ம நிழல் தருகிறது, ஆனால் உயிரைப் படைக்கவோ காக்கவோ இதனால் முடியாது. பின்னது மாறும் உண்மையைக் குறிக்கிறது. உடலைக் காக்கிறது, ஆனால் நிச்சய உணர்வை, நிலையானவற்றைத் தர முடிவதில்லை. குழந்தைப் பிறப்பு, திருமண விஷயங்களில் இந்து சடங்குகளில், தானியத்திற்கும் புல்லிற்கும் வாழைமரத்திற்கும் நிறைய முக்கியத்துவம் தந்திருப்பதைப் பார்க்கலாம். ஆனால்

படம் படம் 3.6
லட்சுமி, செல்வத்தின் தேவதை

ஆலமரமோ இலையோ கூட குடும்பத்திற்கு சம்பந்தம் உறுவதில்லை. அவை குடும்பத்திற்கு அப்பாற்பட்ட மரியாதைக்குரிய சன்னியாசிகளுக்கு மட்டும் என்று கட்டுப்படுத்தப்படவில்லை.

மிருக உலகத்தில், அசையாத ஆத்மாவும் அசையும் பொருளும் ராஜநாகத்தால் நன்கு உணர்த்தப்படுகிறது. எல்லா விலங்குகளும் நகர்கின்றன, ஆனால் ராஜநாகத்தின் அசைவிலும் அசைவற்ற தன்மையிலும் வித்தியாசம் இருக்கிறது. அசையாதிருக்கும் போது, ராஜநாகம் தன்னைச் சுருள்களாக்கிக் கொண்டு தலையை உயர்த்துகிறது. புணர்ச்சி செய்யும் போது ஆணும் பெண்ணும் அசைந்து கொண்டே இருக்க வேண்டும். ஆக, சிவன் அல்லது உறங்கும் நாராயணனுடன் தொடர்புடைய படம் விரித்த பாம்பு, மாறாத பரலோக உண்மையைக் குறிக்கிறது. அதேவேளையில், பின்னிப்பிணைந்த பாம்புகள் இனப்பெருக்கத்தின் அடையாளமாக, உலக உண்மையோடு குறிக்கிறது.

கனிமவள உலகத்தில், அசையாத்தன்மையை சாம்பல், பனி மூலமாக அறியலாம். ஏதாவதொன்று எரிக்கப்பட்டு அல்லது அழிக்கப்படும் போது சாம்பல் உண்டாகிறது, ஆனால் சாம்பலையே மேலும் அழிக்க முடியாது. ஆகவே அது நிச்சயத்தன்மையை, மாறாத ஆன்மாவை, உண்மையை குறிக்கிறது. பனி அசையாத தண்ணீர். சாம்பலும் பனியும் சன்னியாசி சிவனுடன், இமயத்தில் உள்ளன. பனி அசையாத தண்ணீரானால், நதி அசையும் தண்ணீர், இது மாறிக் கொண்டிருக்கும் உண்மையை, நிச்சயமற்ற உலகத்தைக் குறிக்கிறது. ஒரு நதியில் இருமுறை காலடி வைக்க முடியாது என்று அறிஞர் கூறுவர், ஏனெனில் நதி எப்போதும் மாறிக்கொண்டே இருக்கிறது. சிவா ஓடும் நதி தேவதை கங்கையைத் தன் சடைமுடியில் பூட்டி வைக்கிறார். ஏனெனில் கங்கைக்கு உலகத்தையும் மனத்தையும் தன் பிரவாகத்தால் புரட்டி அடிக்கும் சக்தி உண்டு. வடிவியலில், முக்கோணங்கள் அசையாத் தன்மையையும் அசைவையும் குறிக்கப் பயன்படுகின்றன. மேல் நோக்கிய முக்கோணம் அசையாத் தன்மையும், கீழ்நோக்கிய முக்கோணம் அசைவையும் குறிக்கின்றன. இது படம் 4.15ல் நன்கு விளக்கப்படுகிறது. நிறங்களுள் வெண்ணிறமே அசையா தன்மை குறிக்கிறது. ஏனெனில் பரவியுள்ள எல்லா வண்ணங்களையும் பிரதிபலிக்கிறது. சரஸ்வதி

படம் 3.7
அழிப்பவராகிய சிவன்

(படம் 3.4) வெள்ளை ஆடை அணிந்திருக்கிறாள். கறுமை நிறம் அசையும் நிறம், ஏனெனில் எல்லா வண்ணங்களையும் அது ஈர்த்துக் கொள்கிறது. சிவப்பு ஆற்றல் வாய்ந்த சக்தியின் நிறம், பச்சை உணரப்பட்ட சக்தி, ஏனெனில் மழைக்கு முன்னால் பூமி இன்னமும் விதைக்கப்பட்ட விதைகளைக் கொண்டிருக்கையில் சிவப்பாக உள்ளது, அதன் பிறகு மழைக்குப் பிறகு விதை உயிர்த்து வரும் போது பச்சை ஆகிறது. வடிவத்திலேயே, லட்சுமி (படம் 3.6) மற்றும் துர்கா (படம் 3.8) சிவப்பு ஆடை அணிகின்றனர், அன்னபூரணியோ (படம் 1.14) பச்சை வண்ணத்தில் உடுத்தியிருக்கிறாள். வான்மண்டலத்தில், துருவ நட்சத்திரம் அசையாத் தன்மையைக் குறிக்கிறது ஆகவே வடதிசை அசையாத்தன்மை, அறிவு மற்றும் சாஸ்வதத்துடன் சம்பந்தப்படுத்தப்பட்டது. தெற்கு திசையோ மாறுதல் மற்றும் மரணத்துடன் சேர்த்து உரைக்கப்படுகிறது.

உடலளவில், இடதுப்பக்கம் மாறுதலை உணர்த்துகிறது ஏனெனில் நாம் அசையாமல் இருக்கும்போது கூட, இதயம் மார்பை நோக்கி விடாது துடித்துக்கொண்டே இருக்கிறது. மாறாக வலது பக்கம் அசைவற்று, ஆன்மாவை உணர்த்துகிறது. மாறுதல் என்பது விரும்பத்தகாதது எனப்படுவதால் இடதுப்பக்கம் அமங்கலப் பகுதியாகவும் வலதுப்பக்கம் மங்கலப் பகுதியாகவும் கொள்ளப்பட்டது.

மனிதர்களுள், பிரம்மச்சரிய விரதமுற்ற சன்னியாசி அசைவற்ற ஆன்மாவைக் குறிக்கிறார், நடனமாடும் தேவதை அசையும் உலகத்தைக் குறிக்கிறாள். இரண்டுமே எப்போதும் எதிரெதிராக உள்ளன. ஆயின், சன்னியாசியும் தேவதையும் ஒன்று சேர்ந்தால் தான் வாழ்க்கை ஆரம்பிக்கிறது. ஆகவே வாழ்க்கை என்பதே மாறும் மற்றும் மாறாத உண்மையின் கலவை. படம் 3.9 மாறாத உண்மையையும் (வலது பக்க ஆண் சன்னியாசியையும்) மற்றும் மாறும் உண்மையையும் (இடது பக்க நடன மாதுவையும்) ஒன்று சேர்த்துள்ளதாகக் குறிக்கிறது.

படம் 3.9ல் அர்த்தநாரீஸ்வரர் அல்லது பாதிப் பெண்ணாக உள்ள கடவுள் பிரசித்திப்பெற்றது. உளவியல் ஆய்வாளர்களை - இந்திய நாகரிகம் பெண் பால் பண்புகளை இசைவாகவே கொண்டுள்ளது என முடிவு கொள்ளச் செய்கிறது, தெய்வீகத்தின் ஒரு அங்கமாகவே உணர்த்துகிறது. உலகத்தின் நாகரிகங்கள் தெய்வீகத்தை பெண் வடிவில் பார்க்கவில்லை இன்னும் சொல்லப்

படம் 3.8
சக்தி, அன்பு, உணர்ச்சிகளின் தேவதை

போனால், பாதி பெண் பாதி ஆணாகவும் பார்ப்பதென்பது மிகவும் குறைவே. ஆண் பெண் நிச்சயமற்ற தன்மையை - ஆணில் பெண், பெண்ணில் ஆண், என்பதை இந்தியா சுலபமாக ஏற்றுக்கொண்டுள்ளது என்ற ஒரு உபாயத்திற்கு இந்தப் படத்தைப் பார்த்து சுலபமாக வந்து விடலாம். ஆனால் இவையெல்லாம் ஊகங்கள், துரதிருஷ்டவசமாக சமுதாயத்தின் உண்மையை உணர்த்துவதில்லை. ஆம், இந்தியா தன் நாகரிகத்தில் ஆண் பெண் நிச்சயமற்ற ஆண்களை கொண்டுள்ளது - ஹிஜிராக்களை ஆண்கள் பெண்களைள் (அலிகளாக ஏற்கும்) திருநங்கைகளாக கொண்டுள்ளது - ஆனால் இவர்கள் சமுதாயத்தின் விளிம்பில் இருக்கின்றனர்.

துரதிர்ஷ்டவசமாக கொள்கையை காட்டிலும் உருவத்தில் முனைப்புள்ள உலகத்தில் வாழ்கிறோம்; அடையாளத்தை உண்மையென்று மேற்கொண்டு விடுகிறோம், மற்றும் அர்த்தநாரீஸ்வரர் தெய்வம் என்பதற்கு பதிலாக பாதி பெண்கடவுள் என அர்த்தமாக்கியுள்ளோம், அதாவது பாதிப் பொருள், பாதி ஆன்மாவாகவே.

அடையாள மொழியில், இந்தப் பாதி ஆண் வேதங்களில் 'புருஷன்' எனப்படும் உருவமற்ற கடவுளைக் குறிக்கிறது, வைஷ்ணவ நூல்களில் நாராயணனாகவும், சைவ நூல்களில் சிவனாகவும் சித்தரிக்கப்படுகிறது. பாதிப்பெண் உருவம், வடிவம் கொண்ட தெய்வமாகவே (பெண், ஆண் மற்றும் ஆண் பெண் வேறுபாடற்ற) குறிக்கப்படுகிறது. வேதங்களிலும் இந்த பெண் வடிவம் ப்ரக்ருதி எனப்படுகிறது, வைணவ சித்தாந்தத்தில் 'மாயா' எனவும் சைவ சித்தாந்தத்தில் சக்தி எனவும் கூறப்படுகிறது.

இந்த உருவம் சுவாரஸ்யமானது ஏனெனில் இந்த அடையாளம் ஆணாகவே இருக்கிறது - இது பெண் பாதியுள்ள ஆண் கடவுள், ஆண் பாதியுள்ள பெண் கடவுள் அல்ல. ஆண் பாதி உள்ள தேவதையைப் பற்றி புனித நூலில் எந்தக் குறிப்பும் இல்லை. ஆக வெளியில் காணக்கூடிய தெய்வத்தின் பெண்மையை உள்ளிருத்திய தோற்றம், ஒரு பால் இன அதிகார விளையாட்டு. இது சிவனின் வடிவம், சன்னியாசக் கடவுளின் வடிவம்.

கதை இப்படிச் சொல்கிறது: பிருங்கி என்ற சிவபக்தர் (சன்னியாசி), சிவனைச் சுற்றி வலம் வர விரும்பினார். ஆனால் சிவனின் மனைவி பார்வதியை சுற்ற விரும்ப வில்லை. பார்வதி இதை அனுமதிக்கவில்லை. பார்வதி சிவன் மடியில் அமர்ந்தாள், இடையில் சன்னியாசி போக

படம் 3.9
அர்த்தநாரி பாதி பெண் கடவுள்

முடியாமல் போயிற்று. பிருங்கி வண்டு உருவம் எடுத்து அவ்விருவர் தலைக்கும் இடையே பறக்க முயன்றார். அப்போது பார்வதி சிவனுடன் இணைந்து, இடது பாதிப் பகுதியாக மாறினாள். பிருங்கி புழுவைப் போன்ற வடிவம் தரித்து இருவரிடையே தன் வழியைத் துளைத்துச் செல்ல முயன்றார். பார்வதிக்கு இது சுவாரஸ்யம் தரவில்லை. அம்மா தந்த உடலின் ஒவ்வொரு பகுதியையும் பிருங்கி இழக்குமாறு சபித்தாள். இதன் காரணமாக சன்னியாசிக்கு ரத்தமும் சதையும் (உடலின் மென்மையான பகுதிகள்) இல்லாது போயிற்று. எலும்புக் கூடாக மாறிய அவரால் நிமிர்ந்து நிற்க முடியவில்லை. அவர் மேல் பரிதாபமுற்ற சிவன் அவருக்கு மூன்றாவது காலைத் தந்தார். ஆகவே அவர் முக்கோணமாக நின்றார். இது தெய்வத்தின் பெண் பாதியை மதிக்காவிட்டால் மனிதன் தரும் விலையை நினைவூட்டுகிறது. தென்னிந்தியா சேர்ந்த இது தமிழ் கோவில் பாடல் கதையாகும்.

வடக்கிலுள்ள இமாலயப் பகுதியில் இன்னொரு கதை உலவுகிறது. நதி தேவதையான கங்கை, சிவனின் தலையில் அமர்ந்ததைக் கண்டு பார்வதி கொதித்தாள். தன் மனைவி மடியில் அமர்ந்திருக்கும் போதே எவ்வாறு சிவன் தன் தலையில் இன்னொரு பெண்ணை வைத்திருக்க முடியும் என வெதும்பினாள். பார்வதியைச் சமாதானப்படுத்த, சிவன் அவள் உடம்பில் தன்னை ஐக்கியமாக்கிக் கொண்டு, பாதி பெண்ணாக மாறினார்.

இந்தப் படம் ஆண் கடவுளாக இருப்பது ஏன்? இந்தப்படம் சொல்ல விரும்புவது சிவன் பெண் கடவுள் இல்லாமல் முழுமையற்றவர், அதாவது ஆன்மீக உண்மை பொருள் ரீதியான உண்மை இல்லாவிட்டால் முழுமையற்றதே. ஆன்மீக உண்மையை (சிவன்) விளங்கிக் கொள்ளுமாறு கூறப்படுகிறோம். ஏனெனில் பொருள் (சக்தி) உள்ள எல்லாவற்றிலும் நம் கவனம் சிதறுகிறது. பொதுவான தன்மை (ஆன்மீகத்தில் முன்னேற) எல்லா பொருள்களையும் தாழ்வாக எண்ணுதல் புலனுணர்வையும் கவர்ச்சியையும் ஒழித்தல். ஆனால் பெண் தெய்வத்திற்குச் சரியான மரியாதை கொடுப்பதன் மூலம், இந்தப்படம் ஆன்மீக உண்மையை அடைய வேண்டுமானால் அதைப் பொருள் உண்மை மூலமே அடைவது சாத்தியமாகும் என நமக்கு நினைவூட்ட முயற்சிக்கிறது. நம் வாழ்க்கையில் தற்போது பொருள்கள் மதிப்பீட்டில் முதன்மை இடம் பெறுகின்றன. இந்த புனித வடிவமோ, பொருள் பாதியாக

உள்ளதை அமங்கலமான இடது பக்கத்தின் மேல் வைப்பதன் மூலம், பொருள் பாதிக்கு இரண்டாவது இடம் தருகிறது.

வடிவம் மாற்றி வடிவத்தில், இடது வலது பக்க உருவங்கள் பற்றி இடைவிடாது பேசப்படுவதைப் பார்க்கிறோம், விளைவில் இது பொருள் பாதியான, ஆன்மப் பாதியான உருவங்களின் விளக்கப் பகுதியாகும். கணேசனின் (படம் 1.17)ன் துதிக்கை அவரின் இடது பாதியை நோக்கியே எப்போதும் இருக்கும்; சிவா (படம் 4.13) தன் வலக்கால் மீது நிற்பதாகவே எப்போதும் காணப்படுவார்; மற்றும் விஷ்ணு, கிருஷ்ணனாக எப்போதும் தன் வலதுக் கட்டைவிரலை சுவைத்துக் கொண்டிருக்குமாறு காணப்படுவார் (படம் 2.7); அல்லது தன் வலது பாதத்தை தன் இடதுக்கால் மேல் வைத்திருப்பதாகக் காணப்படுவார் (படம் 6.21). நம்முடைய வாழ்க்கை இடைவிடாது, நமக்குள் ஓயாத சம்பாஷனையை, கடவுளுக்கும் பெண் கடவுளுக்கும் உள்ள தொடர்ச்சியான பேச்சு என நமக்கு நினைவூட்டுகிறது இது. ஏனென்றால் ஒருவர் இல்லாவிட்டால் மற்றவர் இல்லை.

4
சிவனின் ரகசியம்
ஒதுங்கிக் கொள்வது அழிவைத் தருகிறது

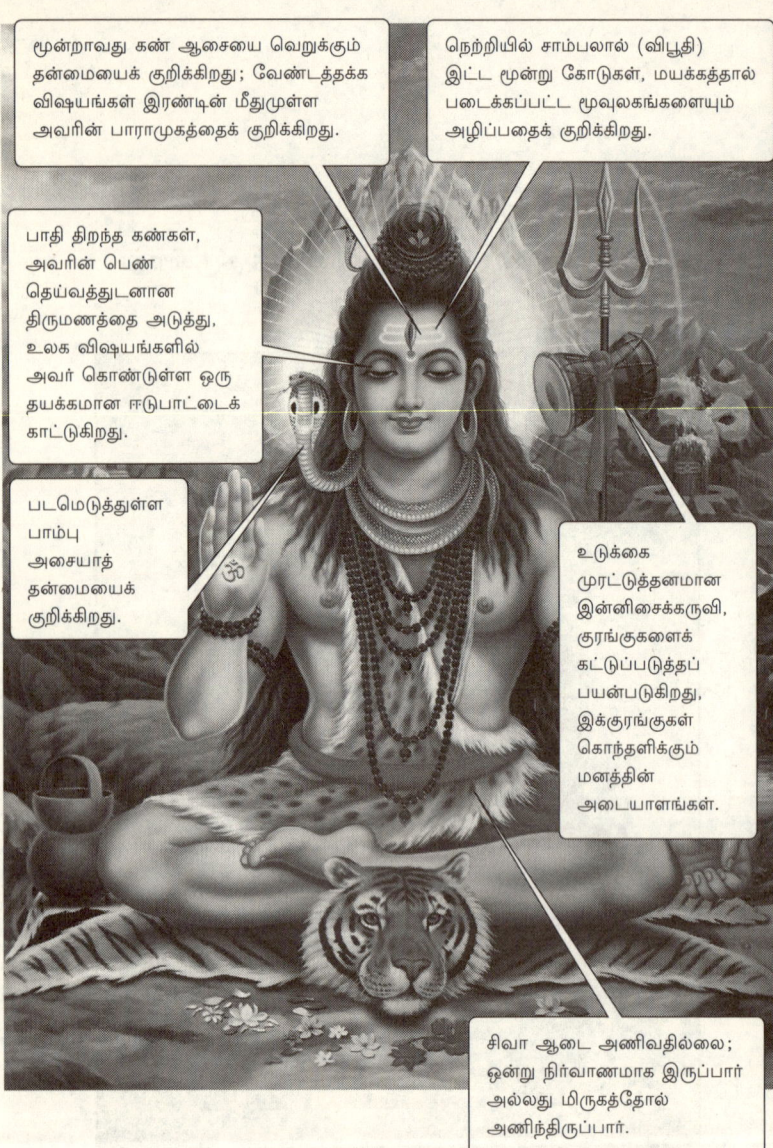

(செயலினின்று விலகுவது) படம் 4.1
அழிக்கும் சிவன்

படம் 4.1 ல் ஒரு சன்யாசி, மிருகத்தோல் போர்த்து, பனிபடர்ந்த மலையுச்சியின் ஒரு குகையில் அமர்ந்துள்ளார். இதுதான் சிவா, அழிப்பவர் எனச் சாதாரணமாக அறியப்பட்டவர். சிவன் அழிக்கிறார், எதை அழிக்கிறார்? பொதுவாகவே அழிவு என்பது கோபத்தாலும் சீற்றத்தாலும் நடத்தப்படுகின்ற - பொருள்களை, விஷயங்களை உடைப்பது என்று அர்த்தப்படுகிறது. ஆனால் இந்தத் தெய்வமோ சாந்தமாக அசைவற்றுத் தன் உலகத்திலேயே மூழ்கியவராய் இருக்கிறார். அவர் கண்களோ பாதி திறந்து, கீழ்நோக்கியுள்ளன. அவரைக் காண விழையும் பார்வையாளர்களைப் பார்ப்பதில் சற்றும் அக்கறை இல்லாதவர் போல் தெரிகிறார். செயலிலிருந்து தன்னை முழுவதும் விடுவித்துக் கொண்டுள்ளார். இவர் எப்படி அழிப்பவராவார்?

அழித்தலைப் பற்றிய நமது புரிதலில் தான் பிரச்சினை உள்ளது. சிவன் எதை அழிக்கிறார்? தெய்வீக நூல்கள் திரும்பத்திரும்ப சொல்கின்றன - அவர் காமதகர், யமந்தகர், திரிபுராந்தகர் - காமத்தை அழிப்பவர், யமனை அழிப்பவர், மற்றும் மூவுலகங்களை அழிப்பவர்.

தனது மூன்றாவது கண்ணால், தீ ஜ்வாலையை வெளியிட்டு, காமனை பிடி சாம்பலாக்குகிறார். விஷங்களை விரும்பச் செய்வது ‘காமன்’ எனும் கடவுள். ஆசையைத் தூண்டிவிடும் ஒருவரை சிவன் அழிக்கிறார். சிவாவுக்கு எதுவும் வேண்டாம். சிவன் யமனையும் அழிக்கிறார், இந்த யமன் இறப்பையும், மறுபிறப்பையும் மேற்பார்வை இடுபவர். யமன் கர்மங்களின் கணக்கு விவகாரங்களை வைத்துள்ளவர். யமனை அழிப்பதன் மூலம் சிவன் வாழ்க்கைச் சக்கரத்தை சுழற்ற வைக்கும் கர்மாவை அழிக்கிறார். யமனின் முடிவுக்குப் பிறகு, மரணமில்லை, மறு பிறப்பில்லை, வாழ்க்கைச் சக்கரம் கிறீச்சிட்டு நின்று போகிறது. காமனும் யமனும் அழிக்கப்பட்ட பிறகு திரிபுரம் அல்லது மூன்று உலகங்களும் அழிக்கப்படுகின்றன. இந்த மூன்று உலகங்கள் என்பது யாவை? வேதங்கள் சொல்கின்றன அவை பூமி, வாயு மண்டலம், மற்றும் ஆகாயம். புராணங்கள் சொல்கின்றன அவை பூமி, பூமிக்கு கீழுள்ள நிலப்பகுதி மற்றும் ஆகாயத்திற்கு மேலுள்ள நிலம் முதலியன. ஒருவேளை இந்த உலகங்கள் எல்லாமே பொதுப்படையானதல்ல - தனித்துவமாக இருக்கக்கூடும், நம் எண்ணங்களும் உணர்சிகளும் படைத்த உலகங்களாக இருக்கக்கூடும்.

படம் 4.2 சங்கரா, சாத்வீகமான ஒருவர்

ஆக இந்த மூவுலங்கள் என்பது நம் சொந்த உலகம், நம் பொது உலகம், மற்றும் பாக்கியுள்ள மற்றவை யாவும். சிவா வாழ்க்கை மேலுள்ள நம் ஆசையை அழிக்கிறார்; மரணத்தின் மேலுள்ள நம் பயத்தை அழிக்கிறார்; நம்மைச் சுற்றிலுமுள்ள உலகத்தின் மீதுள்ள நமது தேவையை அழிக்கிறார்.

சாம்பல் அழிவின் அடையாளம் (சாச்வதத்தின்) அழியாததின் அடையாளமும் கூட, சாம்பல் பொருட்களை எரிப்பதன் மூலம் உற்பத்தியாகிறது, ஆனால் தன்னைத்தானே அழிக்க முடியாது. ஆக, சாம்பல் நிரந்தரமான ஆத்மாவின் அடையாளம், பொருள் அழிக்கப்பட்டவுடன் வெளிப்படுகிறது. சிவன் குறுக்கே படர்ந்த மூன்று சாம்பல் கோடுகளால் அலங்கரிக்கப்பட்டுள்ளார். இவை மூன்று அழிக்கப்பட்ட உலகங்களைக் குறிக்கிறது, மற்றும் குறுக்கே படர்ந்துள்ள சாம்பல் கோடு கலக்கம், செயலற்ற தன்மை, அசைவில்லாமையை,அழிவின் ஒரு நிலையைச் சொல்கிறது.

சிவனின் திரிசூலம், மூன்று கூர்மையான தகடுகள் பொருந்தியுள்ள கழியை, மூவுலகங்களும் ஒன்றில் கரைவதைக் குறிக்கிறது. இந்துத்துவ உலகில் காண்பான் காணப்படும் பொருள் உடையும் போது சிருஷ்டி துவங்குகிறது, பார்ப்பவரும் பார்க்கப்படுவதும் பிரியும் போது ஏற்படுகிறது. சிவன் அழிக்கிறார், தன்பொருள் பிறபொருளில் காணும் பிரிவை அழிப்பதன் மூலம், காண்பவர் காணப்படுபவை இவற்றின் பிளவை அழிப்பதன் மூலம் அழிக்கிறார். மூவுலகங்களும் ஒன்றாகின்றன, மற்றும் அந்த ஒன்றே ஆத்மா.

எவ்வாறு அவர் (சிவன்) அழிக்கிறார்? தன் கண்களை மூடுவதன் மூலம், தான் பார்ப்பவராக இருத்தலை மறுப்பதன் மூலம் அழிக்கிறார், ஆகவே பார்ப்பவை என்பவற்றை உண்டாக்காததன் மூலம் அழிக்கிறார். புறவுலகத்தின் பால் எந்தசம்பந்தமும் இல்லாததான தன்மையைக் காட்டும் காட்சி இதுவே; சிவன் எந்த உணர்வுமயப் பொருளையும் உள்வாங்குவதில்லை. மூடிய சிவனின் கண்கள், உலகத்தைப் பற்றிய அவரின் பாராமுகத் தன்மையை, காமன், யமன், திரிபுரம் இவற்றின் மீதுள்ள பாராமுகத்தைக் குறிக்கிறது. 4.2 படத்தில் காட்டியது போல் அவர் தன்னந்தனியாக இருக்கும் அவரின் பின்னிருக்கும் காளையைப் போல் இருக்கிறார்; ஆற்றல்மிக்க, சக்திவாய்ந்த, ஆனால் முழுவதும் சார்பற்ற, சமூகத்தின் அங்கமாக இல்லாதவராக

லிங்கம் சிவனைக் குறிக்கிறது. இவர் பொருள் உலகத்திலிருந்து ஒதுங்கி இருக்கவே விரும்புகிறார், ஏனெனில் அவர் அதை எந்த நோக்கமும் அற்றதாக உணர்கிறார்.
श्री नागेश्वर
श्री विश्वनाथ
श्री त्र्यम्बकेश्वर
श्री केदार नाथ
श्री घृष्णेश्वर
श्री बैद्यनाथ
श्री ममलेश्वर
श्री महाकालेश्वर
யோனி பொருள் உலகத்தைக் கொண்டுள்ள சக்தியைக் குறிக்கிறது. சிவனை இயக்கச் செய்கிறாள், ஆகவே அவள் மூலம் அர்த்தத்தைக் காணச் செய்கிறாள்.

படம் 4.3
லிங்கயோனி

இருக்கிறார். உலகத்திலிருந்து தன்னை அவர் மறைத்துக் கொள்ளவில்லை; அவருக்கு உலகம் தேவையில்லை. ஆழ் உறக்கத்திலிருக்கும் நாராயணன் போல் அவர் தனக்குத்தானே முழுமையாயுள்ளார். அவர் மிக மேலான சன்னியாசி - அசைவற்ற, மற்றும் அமைதியாக உள்ளவர். அவர் கழுத்தில் அணிந்துள்ள பாம்பு, அவர் அமர்ந்துள்ள மலை,மற்றும் அவரைச் சுற்றிப் படர்ந்த பனி இவை யாவுமே அசைவற்ற தன்மையைத் திரும்பத் திரும்ப வலியுறுத்துகின்றன.

கதைகளில் சிவன் அம்மணமாக இருக்கிறார், அவர் (ஆணுறுப்பு) லிங்கம் புடைத்தெழுந்துள்ளது. அத்தகைய உருவங்கள் பொதுமக்களுக்கு ஒரு அசிங்க உணர்வோ தாக்கமோ ஏற்படுத்துவதால் சிவாவை, மிருகத்தோல் போர்த்தி சற்றே மிதமான காட்சி தரச் செய்கின்றனர். மிருகத்தோல் பயன்படுத்துதல், சிவன் மனிதர்கள் படைத்த ஆடையைப் பயன்படுத்துவதில்லை எனக் குறிக்கிறது. ஒரு சாதுவாக சன்னியாசியாக, காட்டுச் சூழ்நிலை எதைத் தருகிறதோ அதையே அவர் அணிகிறார்.

சிவனுடைய லிங்க அடையாளம் அல்லது சிவலிங்கம் (படம் 4.3) நிறைய ஆர்வத்தைத் தூண்டுகிறது. அதை ஒரு கருவுறுதலின் அடையாளமாக மக்கள் அவசர அவசரமாக முடிவு கட்டுகின்றனர். ஒரு அழிப்பவர் எவ்வாறு கருவூட்டுபவராகவும் இருக்க முடியும் என யாரும் வியப்பதில்லை. சுலபமான விடை, யார் அழிக்கிறாரோ அவரே படைக்கிறார். அதாவது படைப்பவரே அழிப்பவர் என்றாகிவிடும். அப்போது சிவனும் பிரம்மனும் ஒன்றாகவே இருக்க வேண்டும். பிறகு ஏன் சிவாவை வணங்குகின்றனர் பிரம்மாவை வணங்கவில்லை? தெளிவாகவே, படைப்பவர் சிலவற்றைப் படைத்துள்ளார் அதனால் அவர் வணங்கத் தகுதி அற்றவர் ஆகிவிட்டார், ஆனால் அழிப்பவர் சிலவற்றை அழித்து தன்னை வணங்கத் தகுதியுடையவர் ஆக ஆக்கிக்கொண்டுவிட்டார். இந்தப் பிரச்சினை நம் பெயர்ச்சொல் வினைச்சொல்லின் எல்லா வடிவங்களுக்கும் அடிப்படையாக உள்ளது. அத்தியாயம் ஒன்றில் காணப்படும் கணேசரின் ரகசியத்தை ஒருவர் கற்றுக்கொண்டு, வெவ்வேறு மக்கள், உலகத்தை வெவ்வேறு விதமாகப் பார்க்கின்றனர் என்பதை ஒப்புக் கொண்டால், 'படைப்பவர்' என்பது வெவ்வேறு நாகரிகங்களில் வெவ்வேறு விதமாக அர்த்தம் பெறுகிறது என்பதை நன்கு புரிந்து கொள்வார். இந்துத்துவத்தில்,

தான் இருப்பதை மற்றவர்கள் உணருமாறு செய்யும் பெண் கடவுளின் பயங்கர முறையிலான வடிவம்.

வீட்டிற்குள் கட்டுப்பாடற்ற விஷயம் எல்லா விதிமுறைகளை சிதைத்து, மனிதன் மேல் கால் வைக்கிறது, இதன் மூலம் உள்ளடங்கிய ஆத்மாவை எழுச்சிபெற முயல்கிறது.

தன் நாக்கை நீட்டி, தன்னைக் கட்டுப்படுத்தி அதிகாரம் செய்ய முனையும் அரக்கர்களின் ரத்தத்தைக் காளி குடிக்கிறாள், இயற்கையை வெல்லும் எந்த முயற்சியும் மடத்தனமானது. முடியாதது என்பதை நினைவூட்டுகிறாள்.

சிவனுடைய மூடிய கண்கள் அவருடைய பாராமுகம் (அலட்சியம்) காட்டுகிறது.

(கொய்து அணிந்த) மனிதத் தலைகள் - பௌதீக உலகத்தைக் கட்டுப்படுத்தக் கோரும் அறியாமையில் அழிந்த ஆணவங்கள்.

படம் 4.4 காளி சிவன் மேல் நிற்றல்

ஆசையையும் காமத்தையும் அழித்தமை சிவனை வணங்கத் தகுதியுடையவர் ஆக்குகிறது.

சிவனின் விறைப்பான (ஆணுறுப்பை) லிங்கத்தை அவரின் கண்கள் மூடியிருக்கும் தன்மையைக் கொண்டு பார்க்க வேண்டும். சிவா, மனைவி இல்லாமல் தனித்திருக்கும் போது, சுயமாகவே கண்களை மூடிக் கொள்கிறார். இந்த உருவம் சன்னியாசிகளுக்கு ஏற்புடையதாய், கவருவதாய் உள்ளது. ஆனால் காலண்டர் கலை என்பது குடும்பத்தவர்களுக்கு உரியது, அவர்கள் திறந்த கண்களையுடைய சிவனை விரும்புகின்றனர். சிவனின் பொருள் முக்கியத்துவத்தைக் குலைக்காமல் பக்தர்களைத் திருப்திப்படுத்த, கலைஞர்கள் சிவனைப் பாதி மூடிய கண்களோடேயே வரைகின்றனர். சிவனின் மூடிய கண்கள் மிகப்பெரிய முக்கியத்துவம் உடையவை. பொதுவாக இயற்கையில், விறைப்பான (ஆணுறுப்பு) லிங்கம் எழுச்சியைக் காட்டுகிறது. ஒரு உணர்வுத் தூண்டுதலின் எதிர்வினையாகிறது. ஆனால் சிவனின் கண்கள் மூடியுள்ளன, உணர்ச்சி உள்வாங்குதல் எதுவும் இல்லை. லிங்கம் விறைத்துள்ளது அப்போது தானாகவே, சுயம்புவாகவே தூண்டப்பட்டது, வெளிப்புறத் தூண்டுதல் இல்லாமல், உள்ளிருக்கும் ஆனந்தத்தின் விளைவாகவே. ஆகவே இந்த விறைத்துள்ள லிங்கம் ரசத்தையோ பொருளின் மகிழ்ச்சியோ குறிக்கும் வெளிப்பாடல்ல, ஆனால் ஆனந்தம், ஆத்ம ஆனந்தம், தன்னில் திருப்திக் கொண்ட ஒருவரிடமிருந்து பிறப்பது. இவ்வாறாக பார்ப்பதின் அவசியத்தை மதிப்பற்றதாகச் செய்கிறார். ஆகவே அவர் பொருள் உலகை மதிப்பதில்லை அக்கறையும் கொள்வதில்லை. புராணங்களின் வார்த்தைகளில், அவருக்கு ஒரு தேவதை தேவையாய் இருக்கவில்லை. ஆனால் அது மட்டும் போதாது!

தெற்கு இல்லாமல் வடக்கு இருக்க முடியாது, இடது பக்கம் இல்லாமல் வலது இல்லை, அசைதல் இல்லாவிடில் அசையாததற்கு அர்த்தம் இல்லை, காணப்படுதல் என்பது இல்லாமல் காண்பவர்களுக்கு அர்த்தம் ஏதும் இல்லை, அது போலவே கடவுளுக்குப் பெண் கடவுள் தேவை. அழிப்பவர் தன் கண்களைத் திறக்கச் செய்ய வேண்டும். எனவே பெண் தெய்வம் தனது மூலவடிவத்தை முதல் வடிவத்தை எடுத்திருக்கிறாள், மற்றும் சிவன் மேல் நடனம் ஆடுகிறாள்.

படம் 4.5
ராஜேஸ்வரி, இறைவி தன் முழு சிறப்புகளுடன்

4.4 படம், நிர்வாண (பொதுமக்கள் உணர்வுகளை மதித்து கௌரவமாகக் காட்டப்பட்ட) பெண் தெய்வத்தை, தரைமீது படுத்துள்ள, எதைப் பற்றியும் கவலைக் கொள்ளாத பாராமுகச் சிவன் மீது நடனமாடுவதாகக் காட்டுகிறது.

சிவனுடைய நிலை, எந்த முயற்சியும் இல்லாத, இற்றுப்போன, செயலற்றுப் போன நிலையைக் குறிக்கிறது. சிவா இந்த உலகத்தில் அக்கறை கொள்ளவில்லை. எதுவும் அவருக்கு ஒரு பொருட்டில்லை. அவளோ நிர்வாணி, அலங்கரிக்கப்படவில்லை தூயவள், நாகரிகத்தின் பார்வையிலேயே படாதவள். அவள் தன்னைப் பார்க்க வேண்டும் என்ற தீர்மானத்தில் இருக்கிறாள். காளி சிவனைப் பொருள் உண்மையை மதிக்க, அக்கறை கொள்ள விழைகிறாள். அவள் அவர் தன் கண்களைத் திறந்து பார்ப்பவராக வேண்டும் என விரும்புகிறாள்.

காளி அசைவு, சிவன் அசையாமை; காளி செங்கோடாக இருக்கிறாள், சிவன் கிடைக்கோடாக உள்ளார். காளி வசிப்பது தெற்கில், மரணம் யமனாக அங்கே உறைகிறது, சிவா வடக்கில் வசிக்கிறார், துருவ நட்சத்திரம் போல் அசையாமல், பனிபடர்ந்த இமயம் போல் அசைவற்று இருக்கிறார். உள்ளுக்குள்ளே உயிர் படைக்கும் பெண்ணாகக் காளி இருக்கிறாள். வெளியே உயிர் படைக்கும் ஆணாகச் சிவன் உள்ளார். ஆனால் சிவன் காளியைச் சேராமல், எந்த உயிரும் படைக்கப்பட மாட்டாது. ஆகவே அவள் 4.5 படத்தில் கண்டபடி, சிவன் மேல் அமர்கிறாள், அவரைத் தன்னில் உயிர் படைக்குமாறு பலவந்தப்படுத்துகிறாள். இங்குப் பெண் கடவுள் காமனுடன் சம்பந்தப்பட்ட வடிவங்களைத் தாங்குகிறாள் (கரும்பு வில்லும் மலர் அம்புகளும்) மற்றும் யமன் சம்பந்தப்பட்டவைகளையும் (பாசக்கயிறு, கோடாலி) கையில் வைத்துள்ளார்.

ஆக, இந்தக் கடவுள் வாழ்க்கையையும் மரணத்தையும் மீட்டெடுக்கிறாள். மறுபிறப்பின் சக்கரத்தை இப்பெண் தெய்வம் சுழற்றுகிறாள், அதன் மூலம் ஒவ்வொருவரும் வாழ்க்கையின் அனுபவங்களை விரும்புகின்றனர், மரணத்திற்கு அச்சப்படுகின்றனர். இவ்விரண்டுமே மனிதனை செல்வத்தையும் அறிவையும் தேடவைக்கிறது - இச்செல்வமும் அறிவும் - லட்சுமி (சிவப்பாடை அணிந்தவர்) சரஸ்வதி (வெள்ளை ஆடை அணிந்தவர்) என்று வெளிப்படுத்தப்பட்டுள்ளது, இவ்விரு தேவியரும் பெண் கடவுளின் இருமருங்கிலும் நின்று கொண்டிருக்கின்றனர். இந்தப் பெண் தெய்வத்தின்

சிவனின் ரகசியம்

படம் 4.6
சிவசக்தி கல்யாணம்

உருவம் 'திரிபுரசுந்தரி', மூன்று உலகங்களின் அழகையும் தன்னிடம் கொண்டிருப்பவர், இந்த உலகங்களைத் தான் சிவன் அழித்து, அவற்றின் சாம்பலைத் தன் நெற்றியில் பூசியுள்ளார்.

4.4ம் படத்தில் உள்ள பெண் தெய்வம் 4.5 படத்தின் பெண் தெய்வத்துடன் நிறைய வேறுபாடு கொண்டிருக்கிறாள். முன்னதில் கோபாவேசமான நிர்வாணமான, கறுப்பு உருவம் கொண்ட வன்முறை வடிவினைக் கொண்டு இருக்கிறாள். இரண்டாம் வடிவில், குடும்ப பெண் போன்று, நன்கு ஆடையணிந்தவளாக, அழகாக, அன்புள்ளம் கொண்டவளாக இருக்கிறாள். முந்தைய படத்தில் சிவன் கண்களைத் திறக்க மறுக்கிறார். பிந்தைய வடிவில், அவர் கண்களைத் திறந்துள்ளார். முந்தையதில், பெண்கடவுள் மிகுந்த கோபாவேசத்துடன் இருக்கிறாள். ஏனெனில் ஆத்மா பாராமுகமாய் சம்பந்தமற்று இருக்கிறது, உலகமோ மனதின் கொந்தளிப்பை சமாளிக்க வேண்டியுள்ளது, அதன் கர்வம், பாதுகாப்பின்மை ஆணவத்துடன் சமாளிக்க வேண்டியுள்ளது. பின்னதில், பெண்தெய்வம் திருப்தியாய் உள்ளது. ஏனெனில் ஆத்மா தன் கவனத்தைக் கொடுக்கிறது, மனம் சாந்தியுடனும் ஆணவம் கட்டுக்குள் அடங்கியும் இருக்கின்றன. படம் 1.1 கடவுளும் தேவியும் மக்களை, இரண்டு மகன்களைப் படைத்துள்ளனர்; யானைமுக கணேசன், வேல்தாங்கிய கார்த்திகேயன் - முன்னவர் செல்வத்துடனும் பின்னவர் அதிகாரத்துடனும் சம்பந்தப்படுத்தப்படுகிறார்கள்.

இந்த இரண்டு வடிவங்களிலும், கடவுள் தேவியை விடக் குறைவான நிலையை ஏற்கிறார். இது, இந்துமதத்தில் சைவம், வைணவம் போலன்றி, சாக்தம் தாய்வழிபாடு கொண்டதாக இருக்கலாம் என அறிஞர்கள் சிலர் நம்புகினறனர். எனினும், ஒரு அடையாளமாக எடுத்துக் கொண்டாலும் கூட, ஒரு சாரரின் எண்ணம், பொருள் நிஜத்தை, அதிகமாக இல்லாவிட்டாலும் - ஆன்மீக உண்மையளவுக்கு மதிக்கிறது, சன்னியாச முக்கியத்துவமே அதிகமாகிக் கொண்டிருக்கும் ஒரு பூமியில், இனவிருத்திக்கும் குடும்ப சடங்குகளுக்கும் - அதிகமாக இல்லாவிட்டாலும் - அதே அளவு மரியாதை காண்பிக்கப்படுவதைக் குறிக்கிறது இச்சித்திரங்கள்.

படம் 4.6ல் - சிவன் திருமணத்தை உணர்த்துவது, தென்னிந்தியாவில் பிரபலமாக உள்ளது. கோவில் சுவர்களில் இந்தப்படம் பெரிதும் காணப்படுகிறது.

உலகத்தின் எல்லா
விஷயங்களிலிருந்தும்
சிவன் விலகியுள்ளார்.
பெண்கடவுள், அன்பு
மூலமாக,உலகத்துடன்
அவரை சம்பந்தப்பட
வைக்கிறாள்.

படம் 4.7
சிவன் கதை

சிவன், சதி
தற்கொலை செய்து
கொண்ட பிறகு,
சதியின் உடலைச்
சுமக்கிறார்.
சிவனின்
கண்ணீர்த்துளிகள்
ருத்ராட்சர
மணிகளாக மாறி,
சிவன் கழுத்தை
அலங்கரிக்கின்றன.

படம் 4.8
சிவசக்தி திருமணம்

மணப்பெண் பெண்கடவுள், வலப்பக்கத்தில் அவளைக் கன்னிகாதானம் செய்வது, பெண் கடவுளின் சகோதரர் என்றறியப்பட்ட விஷ்ணு. விஷ்ணு காக்கும் கடவுளாகச் செயலாற்றுகிறார். சிவன் சன்னியாசியாக இருக்கும் வரையில் இந்த உலகம் கவனிப்பின்மை மற்றும் அழிவில் அச்சுறுத்தப்படுகிறது என்பதை அறிகிறார். சிவன் உலகத்துடன் சம்பந்தப்பட வேண்டும், பெண்கடவுளை மணக்கவும் வேண்டும். இந்தப் படத்தில் சிவன் ஆடையலங்காரத்தோடு இருக்கிறார், தன் சன்னியாச வழிகளை விட்டு விட்டார். இதில் உலகத்தின் வழிகளுக்கு இசைந்தாற்போல, சங்கரராக சிவன் மாறுகிறார். எப்போதும் அப்படியல்ல.

படம் 4.7 சிவன் கதைகளில் உள்ளவை - சன்னியாசியிலிருந்து குடும்பஸ்தராக சிவன் உருமாறியதைக் கூறி நம் கவனத்தை ஈர்க்கிறது. சிவனின் முதல் திருமணம் பெருந்துன்பம் ஆகிவிட்டது. அவர் மனைவி சதி, அர்ச்சகரான தட்சனின் மகளாக இருந்தாள். சதி தன் கணவரை எல்லா இடத்தும் தொடர்ந்து வந்தாள், அவர் எப்படி இருந்தாலும் அதனை ஏற்றுக்கொண்டாள். ஆனால் அவள் தந்தைக்குத் தன் மகளின் தேர்வு தாங்க முடியாததாக இருந்தது. சிவனின் சன்னியாசக் கோலம் அவருக்கு எதிர் உணர்வையே தந்தது, ஆகவே, ஒரு யாகம் நடத்தத் தீர்மானிக்கும் போது, சிவனைத் தவிர எல்லாரையும் வரவேற்றிருந்தார். சிவா இதைப்பற்றி கவனிக்கவோ கருத்தில் கொள்ளவோ இல்லை. ஆனால் இந்த அவமானத்தைக் கண்டு சீற்றம் கொண்ட சதி, யாக குண்டத்திலேயே தன்னை மாய்த்துக் கொண்டாள். கோபமடைந்த சிவன் தட்சனின் யாகக் குண்டத்தை அழித்து, தன் மாமனாரைக் கொன்றார். இங்கு அவர் ஒரு வழக்கமான அழிப்பவர் பாணியில் செயல்பட்டார் - அவருக்கு எந்த அர்த்தமும் தராத சமூக ஒழுங்குகளை அழித்தார். இந்த நிகழ்ச்சி, வெளிப்புறத் தூண்டலுக்கு எதிர்வினை புரியும் சிவனின் முதல் நிகழ்வைக் குறிக்கிறது. சிவனையே தொடர்ந்து வந்ததன் மூலம் பெண்தெய்வமான சதி, சிவனைத் தனக்காக அக்கறை கொள்ளுமாறு செய்கிறாள். அவள் வன்முறையில் இறக்கும்போது சிவன் கோபவேகத்தாலும் பழிவாங்கும் உணர்ச்சியாலும் உந்தப்படுகிறார். கண்களைத் திறக்கவே மறுக்கும் ஒரு சன்னியாசிக்கு, இது மிகப்பெரிய மாற்றமாகும்.

படம் 4.9
சிவா மணமகனாக.

படம் 4.10
சிவா நஞ்சு அருந்துதல்

படம் 4.11
சிவா, மரண தேவன் யமனை நிறுத்துதல்

படம் 4.12
சிவன் தன் சடை முடியில்
கங்கையைப் பூட்டுதல்

4.8 படம் சிவாவை சதியின் உடலைத் தாங்கிக் கொண்டிருப்பதைக் காட்டுகிறது, ஒரு காதலர் அழுவதைப் போல் சிவா அழுகிறார். சதி இறந்த பிறகு, சிவா மறுபடியும் தன் குகைக்குள் புகுந்து விட்டார். தேவதைகள் சிவா மறுபடியும் திருமணம் செய்யத்திட்டம் இடுகின்றனர். அவர்கள் இச்சையின் கடவுளான காமனை சிவன் மீது பாணங்கள் பொழியுமாறு அனுப்புகின்றனர். காமத்தால் உணர்வு எழுச்சி கொள்வதற்குப் பதில், சிவா தன் மூன்றாம் கண்ணால் வெளி வந்த நெருப்பு அம்பால் மன்மதனைக் கொன்றார். சதியின் காரணத்தால், உணர்வுகளின் கொந்தளிப்பை அனுபவித்துள்ள சிவன், மறுபடியும் பணிய மறுக்கிறார். சதி மலைகளின் இளவரசியாக, பார்வதியாக மறுபிறப்பு எடுக்கிறாள். அவள் சிவனைத் துதித்தாள். அவள் ஆழ்தியானம் செய்தாள், சிவன் தன் குகையை விட்டு அவள் முன் தோன்றும்படி செய்தாள். 'நீ வேண்டுவது என்ன?' என்று அவர் கேட்டார். அவள் கூறினாள் 'நீங்கள் என் கணவனாக வேண்டுகிறேன்' அவளுடைய தீர்மானமும் பக்தியாய் மிகப் பெரியதாய் இருந்தது, சிவன் இசைய நேர்ந்தது. ஆக சிவன் தேவியுடன் இணைக்கப்பட்டார், அது இச்சையால் இல்லை, காருண்யத்தால். அவள் அவரை நன்மை அளிப்பவராக இருக்கத் தூண்டினாள். இதனுடன் அவர் சங்கரன் எனும் குடும்பஸ்தராகிவிட்டார்.

படம் 4.9 சிவன் மணமகனாக, தன் வருங்கால மனைவியின் வீட்டிற்குச் செல்கின்றார். சன்னியாசியான அவருக்கு ஆடை அணியவோ மணமகன் போல நடந்து கொள்ளவோ தெரியவில்லை. மது அருந்திவிட்டு, சாம்பல் பூசிக்கொண்டு, பூதங்களும் பேய்களும் புடைசூழ வந்தார். இமாலயப் பிரதேசத்தில், நிறைய கதைகள் உண்டு; சிவனின் மணமகன் கூட்டம் எவ்வாறு நாட்டு மக்களை அச்சுறுத்தியது, எவ்வாறு பார்வதியின் தாயும் மலையரசர் ஹிமவத்தின் மனைவியுமான மேனா, தன் பெண்ணை (மணாளன் பற்றிய) முடிவை மாற்றிக் கொள்ளுமாறு மகளிடம் கெஞ்சுகிறாள் என்றெல்லாம் அவை சொல்கின்றன. இறுதியாக பார்வதி. சிவனை, உலக வழிகளை ஏற்குமாறும் மற்றவர் கண்ணுக்கு அழகாகத் தோன்றும் மணமகனாகத் தன்னை ஆக்கிக் கொள்ளுமாறும் இறைஞ்சுகிறாள். அவள் போக்கிலேயே வந்தார் சிவன், சந்திரனைப் போலவே அழகான சோமசுந்தர் ஆக மாறி, தேவதையை மணந்தார். இந்தக் கதை நம் கவனத்தை ஒரு

படம் 4.13
சிவா நடன அரசன், நடராஜனாக

திசையில் பயணிக்க வைக்கிறது. சிவன் அல்லது ஆத்மா, அழகிற்கும் அசிங்கத்திற்கும் வேற்றுமை காண்பதில்லை, மனிதனுக்கும் பிசாசுக்கும் வேறுபாடு பார்ப்பதில்லை, பசுக்களுக்கும் நாய்களுக்கும் இடையில் மாறுபாடு காண்பதில்லை என்பதே அது. இது என்ன தான் மிக உயர்ந்த கொள்கையானாலும், சமூக வட்டத்துடன் இது அர்த்தமற்றதாகி விடுகிறது. சமூகத்தில் சில நிலைப்பாடுகள் விழுமியங்கள் உள்ளன. அங்கு நல்லது,கெட்டது உண்டு; அழகு, அசிங்கம் உண்டு; அங்கே சரி எது, தவறு எது என்ற கோட்பாடும் உண்டு; மறு வார்த்தைகளில் கூறப்போனால், நிலைப்பாடுகள் இல்லாமல் தீர்ப்பு இல்லை. ஒரு சன்னியாசிக்கு இந்நிலைப்பாடுகள் நாகரிக மாயைகளாக இருக்கலாம், ஆனால் ஒரு குடும்பத்தவனுக்கு, இவைகள் நாகரிகத்தின் அவசியமான எல்லைக் கற்கள்.

4.10 படத்தில், தன் திருமணம் காரணமாக, சிவனின் ஆற்றல், உலகப் பயன்பாட்டிற்கு விடப்படுகிறது. பெண் தெய்வத்தால் தன் கண்கள் திறந்திருக்கும் சிவன் உலகத்தின் கூக்குரல்களுக்கு பதில் அளிக்கிறார். ஒரு முறை தேவர்கள், சாஸ்வத நிலை தரும் அமிர்தத்தைப் பாற்கடலிலிருந்து கடைந்து எடுக்க முயன்றனர். அப்படிச் செய்கையில், மொத்த உலகத்தையும் அழிக்கும் மாபெரும் விஷம் எழுந்தது. இந்த விஷத்தை அருந்த யாருக்கும் சக்தி இருக்கவில்லை. ஆகவே தேவர்கள் விஷத்திற்கும் அமுதிற்கும் வித்தியாசம் பார்க்காத கடவுள் உருவமான சிவனை அணுகினர். சிவன் வினை புரிந்தார், விஷம் ஏற்றார், உலகத்தைக் காத்தார். சிவா என்ற சன்னியாசி விஷம் ஏற்க முடியும். ஆனால் குடும்பத்தவரான சிவா நஞ்சைத் தன் பகுதியாக எப்படி வைத்திருக்க முடியும். எனவே தேவி (பார்வதி) சிவனின் கழுத்தைப் பிடித்து, நஞ்சை கழுத்திலேயே தங்கச் செய்தாள். விஷம் கழுத்திலேயே நின்றுபோய், கழுத்தை நீல நிறமாக்கி விட்டது. இதன் காரணமாகவே அவர் நீலகண்டன், அல்லது நீலநிற கழுத்துடையவன் என்றறியப்பட்டார்.

இன்னொரு நிகழ்வில், 4.11 படத்தின்படி, ஒரு இளம் பக்தரின் பிரார்த்தனைக் கிணங்கி, சிவன் மரணதேவன் யமனை நிறுத்தினார். மார்க்கண்டேயன் என்ற இளைஞன், தன் பதினாறாவது வயதில், இறக்குமாறு விதிக்கப்பட்டிருந்தது. சிவன் விதியை மாற்றி, தன் கடவுள் நிலையை வலியுறுத்தினார் - அதாவது கடவுள் சக்தி விதியை விட வலிமை பெற்றது என உணர்த்தினார்.

படம் 4.14
கார்த்திகேயா

நதி தேவதையான கங்கை, வானத்திலிருந்து விழும்போது, தன் ஜடா முடியில் அதை மடக்கி, கங்கையின் வேகத்தை ஈர்த்துக் கொண்டார். பிறகு அவளை மெதுவாக விடுவித்து, தன் உச்சியிலிருந்து ஊற்று போல் வெளிவருமாறு, படம் 4.12ல் காட்டியபடி, செய்தார். இந்த நதி பூமிக்கு வாழ்வளித்தது. இறந்தவர்களின் சாம்பல் இந்த நதியில் கரைக்கப்படும் போது, இறந்தவர்கள் மறுபிறப்பு எடுக்க முடிகிறது. இந்த நதி பொருள் உலகத்தைக் குறிக்கிறது - அதன் நற்பகுதியில், மறுபிறவி எடுக்க சந்தர்ப்பம் தருகிறது, எதிர்மறைப் பகுதியில் அடிக்கடி மாறுவதன் மூலமாக துக்கத்தை உண்டாக்குகிறது. இந்த நதியின் பொழிவைக் கட்டுப்படுத்துவதன் மூலம் சிவன் அடையாளமாக ஒரு யோகியின் பங்கை ஏற்கிறார் - மனத்தைக் கட்டுப்படுத்த முடிந்த, பொருள் அடிமையாகாத யோகியாக செயலுறுகிறார்.

இந்த மூன்று கதைகளும் சிவன் சங்கரனாக மாறும் மாற்றத்தைக் குறிக்கின்றன. கல்யாணமான அவர் உலகவாதியே. நஞ்சைக் குடித்ததன் மூலம் உலகத்தைக் காத்தார், ஆயுளைக் கொடுத்தார், மற்றும் இறந்தவர்களை மறுபிறவி எடுக்க உதவினார். சந்திரன் ஒருமுறைத் தன்னை மெலிவுறும் நோயால் சபிக்கப்பட்டதாகவும், ஆகவே சந்திரன் சிவனின் தலையில் அடைக்கலம் கொண்டதாகவும் சொல்லப்படுகிறது. சிவன் எல்லா உயிர்ப்பு சக்திக்கும் மூலம் ஆனபடியால், சிவனின் தொடர்பு சந்திரனை மறுபடியும் வளரச் செய்தது என்பர். ஆகவே சிவனின் தலையில் பிறைச் சந்திரன் எப்போதும் காணப்படுகிறது.

4.13 படம் சிவனைத் தாண்டவமாடுவதாகக் காட்டுகிறது. இந்தப்படம் தான் ‘தாண்டவம்’ எனப்புகழ் பெற்றது. இதன் சாராம்சம், இந்தத் தாண்டவம் என்பது ஆண் வலிமை வடிவிலான தாண்டவம், மயக்கும் பெண் வடிவிலான தாண்டவத்திலிருந்து வேறுபட்டது என்பதே. இந்த வடிவத்தால், சிவா நடராஜனாக உருமாறுகிறார், நாட்டிய மற்றும் அரங்கின் வருணிதராக மாறுகிறார். புடைத்துக் கொண்டிருக்கும் ஆண் உறுப்புடன் நிர்வாணமாக இவர் நடந்து செல்வதை முனிவர்கள் கண்டனர், அச்சமயம் இந்த விசித்திர நடனம் ஆடினார் இவர். பெருவாரியான மக்கள் போலவே, முனிவர்களும் சிவனின் மூடிய கண்களைக் கவனிக்காமல், தம்முடைய மனைவிமார்களைக் கண்டதும் அவருக்குப் புலன் உணர்வு மேலோங்கிவிட்டது என்று நினைத்து விட்டனர். அவர்கள் சிவனைத் தாக்கிக் கொல்ல

படம் 4.14/2
கார்த்திகேயன் சுப்ரமணியனாக

முயன்றார்கள்; பதிலுக்கு சிவன் நடனமாடினார். இந்த நடனத்தில், அவர் தம் இடது காலைத் தரைக்கு மேல் தூக்கி, இடது கரத்தால் அசைந்து கொண்டிருக்கும் தன் இடது காலைக் காட்டியவாறே வலது காலால் உறுதியாக நின்றார். மூன்றாவது அத்தியாயத்தில் குறிப்பிட்டது போல், இடதுபக்கம் என்பது பொருள் சார்ந்த உலகத்தையும் வலதுபக்கம் ஆன்மீக உலகத்தையும் குறிக்கிறது. சிவன் ஏக பாதர், அதாவது ஒரு பாதத்தின் மேல் நிற்பவர். தன் வலது காலால் அவர் நிற்பது, அவர் ஆன்மீக உண்மையில் உறுதியாக நிற்பதைக் குறிக்கிறது. நம்முடைய பயமும் பத்திரமற்ற தன்மைகளும் எழுவதன் காரணமே பொருள் உண்மையின் தன்மையை நாம் புரிந்து கொள்ளாதது தான் - அதாவது பொருள் உண்மை மாறும் தன்மையது, நம்மை எழுச்சி பெறச் செய்யும், சோர்வாக மாற்றவும் செய்யும், அது 'ரசம்' என்னும் ராஜ்ஜியமாகும், நேர்மறை மற்றும் எதிர்மறைப் புயல் அலைகளைத் தோற்றுவிக்கும் என்பதை உணராமல் இருப்பதே.

படம் 4.14 சிவனுடைய மகன் கார்த்திகேயரைக் காட்டுகிறது. கதை இவ்விதம் நகர்கிறது. மொத்த உலகமும் ஒரு அசுரனால் அச்சுறுத்தப்பட்டது, அவனை ஆறு நாள் குழந்தை தான் கொல்ல இயலும். இத்தகைய சக்தி மிக்க குழந்தையைப் படைக்க தேவர்கள் சிவனின் உதவியை நாடினர். சன்னியாசியாகவே இருந்து வந்ததால் சிவன் விந்துவை வெளியே விடவில்லை, ஆகவே (வழிவழியாக வந்த நம்பிக்கைப்படி) அவரின் விந்து மிகமிக வீரியம் உள்ளதாகக் கருதப்பட்டது. சிவனின் கல்யாணம் அவசியமானதாக இது ஒரு முக்கிய காரணமாயிற்று. கல்யாணத்திற்குப் பிறகு வெளிப்பட்ட சிவனின் விந்துவை, நெருப்புக் கடவுள் அக்னி, காற்றுக் கடவுள் வாயு, கங்கை மற்றும் நாணல்காடு ஆகிய சரவண் ஆகியவற்றால் அடைகாப்பில் வைக்கப்பட்டு, ஆறுமுகனை உருவாக்கினர். கார்த்திகை மாதர்கள் ஆறுபேர் குழந்தையை வளர்த்தனர், மற்றும் யுத்தத்திற்கு தயார் செய்தனர். ஒரு குழந்தையாய் இருந்தாலும் இந்த தெய்வீகப் போர்க்குழந்தை படைநடத்தி வெற்றி கொண்டது.

கார்த்திகேயரின் பிறப்பின் கதையை அத்தியாயம் 1ல் சொல்லப்பட்ட கணேசரின் பிறப்புக் கதையுடன் வேறுபடுத்திப் பார்க்க வேண்டும். கார்த்திகேயர் சிவனின் விதை, ஆறு பொருள் வகைகளால் கருத்தரிக்கப்பட்டது.

மேல்நோக்கிய முக்கோணம் ஆன்மாவின் அசையாத்தன்மை குறிக்கிறது.

கீழ்நோக்கிய முக்கோணம் பொருள் உலகத்தின் நிச்சயமற்ற தன்மையைக் காட்டுகிறது.

படம் 4.15
கார்த்திகேயன் இருதாரங்கள் உள்ளவராக காட்டப்படுகிறார்.

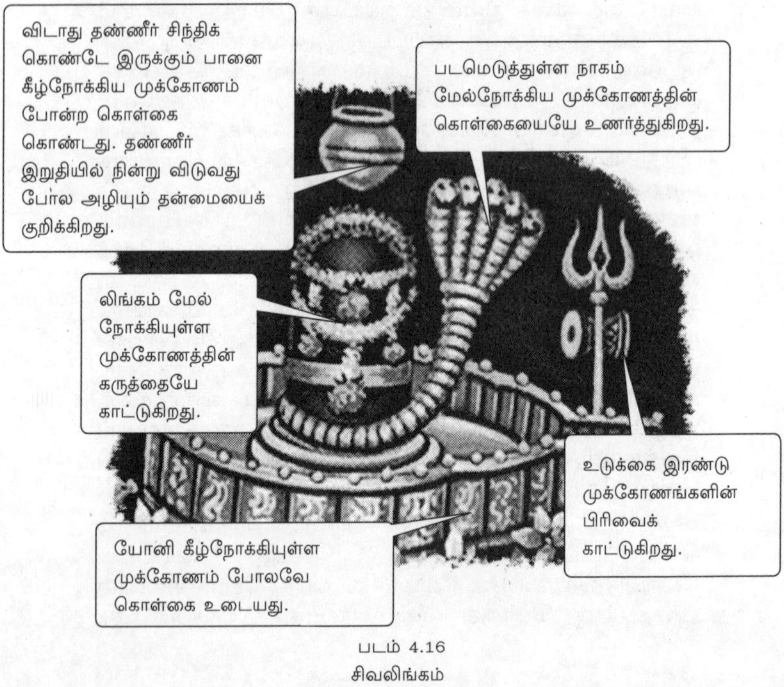

விடாது தண்ணீர் சிந்திக் கொண்டே இருக்கும் பானை கீழ்நோக்கிய முக்கோணம் போன்ற கொள்கை கொண்டது. தண்ணீர் இறுதியில் நின்று விடுவது போல அழியும் தன்மையைக் குறிக்கிறது.

படமெடுத்துள்ள நாகம் மேல்நோக்கிய முக்கோணத்தின் கொள்கையையே உணர்த்துகிறது.

லிங்கம் மேல் நோக்கியுள்ள முக்கோணத்தின் கருத்தையே காட்டுகிறது.

உடுக்கை இரண்டு முக்கோணங்களின் பிரிவைக் காட்டுகிறது.

யோனி கீழ்நோக்கியுள்ள முக்கோணம் போலவே கொள்கை உடையது.

படம் 4.16
சிவலிங்கம்

(நெருப்பு, ஆகாயம், தண்ணீர், நாணற்காடுகள், நட்சத்திரங்கள், மற்றும் இறுதியாக பெண் தெய்வத்தின் மூலமும்) எனவே 4.15 படத்தின்படி ஆறுமுகங்கள் கொண்டுள்ளார். கணேசரின் வடிவம் மஞ்சளால் ஆக்கப்பட்டது. பார்வதி தன் தோலுடன் அவ்வடிவத்திற்கு மங்கள மூட்டினார், சிவா யானைத் தலையைப் பொருத்தி முடித்தார்.

இரண்டு மகன்களுமே கடவுள் மற்றும் பெண் கடவுளின் இணைப்பைக் குறிக்கின்றனர், கார்த்திகேயன் விஷயத்தில் கடவுள் முன் நிற்கிறார், கணேசன் விவகாரத்தில் பெண் தெய்வம் முன் நிற்கிறாள். இரண்டு விவகாரங்களிலுமே சிவன் ஒரு விருப்பமற்ற பங்குதாரர். அவரைத் தந்தையாவதற்கு வற்புறுத்த வேண்டியுள்ளது. ஆக ஆன்மீகம் உலக உண்மையிலிருந்து விலகி நிற்கவே விரும்புகிறது, உலக உண்மையோ அதைக் கவர்ந்து இழுக்கப் பார்க்கிறது. இந்த இரண்டிற்குமுள்ள இறுக்கமே வாழ்க்கையை நகர்த்தும் சக்தியை உண்டாக்குகிறது.

சிவனைப் போலவே கார்த்திகேயரின் மண உறவும் ஐயமாகவே உள்ளது. வடஇந்தியாவில் கார்த்திகேயன் திருமணம் ஆகாதவர், தென்னிந்தியாவிலோ அவருக்கு ஒன்றல்ல, இரண்டு மனைவிகள் உண்டு. இங்கு கூட, திருமணம் என்பதே பொருள் உண்மையுடன், சமுதாயத்துடன் கொண்டுள்ள உறவின் உருவகமாகவே ஏற்கப்படுகிறது. படம் 4.14, 4.15ல் உள்ள கார்த்திகேயரின் மனைவியர் தென்னிந்தியாவில் மிகப்பிரபலம் வாய்ந்தவர்கள். ஆகாயத்தின் கடவுள் இந்திரனின் புதல்வியான தேவசேனா மற்றும் குறவர்களின் தலைவனின் மகளான வள்ளியே இவர்கள். ஆக சன்னியாசியின் மகன் ஆகாயத்தையும் பூமியையும் மணக்கிறார். பல வழிகளிலும் இந்த உறவு முறை - படம் 1.7ல் விளக்கமுற்ற காண்டோபா மற்றும் பல்வேறு சமூகத்தைச் சேர்ந்த அவரின் மனைவிமார்கள் என்ற கொள்கையையும் மற்றும் 1.8 படத்திலுள்ள பிராந்திய இளவரசியான பத்மாவதியுடன் இருக்கும் பாலாஜியையும் போலவே இருக்கிறது. ஆக, கார்த்திகேயர் மூலம், கட்புலனுக்கு அப்பாற்பட்ட சிவன் தெற்கிலுள்ள இந்துக்களில் அதிகம் அணுகப்படுகிறார், இங்கு இவர் பெரும்பாலும் வழிபடப்படுகிறார்.

வட இந்தியாவிலோ, கார்த்திகேயர் 'மணம் புரியவில்லை' எனப்படுகிறது. காரணங்கள் தெளிவாக இல்லை. அத்தியாயம் 1ல் கூறிய போட்டிக்கு - தனக்கும்

தன் சகோதரனுக்கும் இடையிலான போட்டிக்குப் பிறகு, கோபத்தில், கார்த்திகேயன் எந்தப் பெண் முகத்தையும், தன் அன்னை முகத்தைக்கூடப் பார்க்க மறுத்து விட்டார். ஆகவே தான் வடக்கே கார்த்திகேயரின் சில கோவில்களில், எந்தப் பெண்ணும் சன்னதிக்கு அனுமதிக்கப்படுவதில்லை. கார்த்திகேயர் தன் அம்மாவிடமிருந்து விலக, அப்பாவின் வீட்டைக்கூட விட்டு விட்டார். அவர் தெற்குபக்கம் சென்றார், ஆனால் வடதிக்கிலுள்ள குன்றுகள் இல்லாமல் வருத்தமுற்றார். தன் மகனின் வீட்டிற்கு ஏங்கியிருக்கும் நிலையை உணர்ந்த சிவன், இடும்பன் என்ற ராட்சதன் மூலம் இரண்டு குன்றுகளை வடக்கிலிருந்து தெற்காக சுமக்கச் செய்தார். இக்குன்றுகள் இப்போது கார்த்திகேயன் வசிப்பதாகச் சொல்லப்பட்ட யாத்ரீக தலங்கள் ஆகிவிட்டன. கார்த்திகேயன் தென்னிந்தியாவில், மணம் புரியாத குமரனாகவோ அல்லது மணம் புரிந்த சுப்ரமண்யராகவோ வணங்கப்படுகிறார்.

படம் 4.15 எதிரும் புதிருமான இரண்டு முக்கோணங்களைக் காட்டுகிறது. இது பொருள் மற்றும் ஆன்மீக உண்மையின் இணைப்பைக் குறிக்கும் வடிவியல் உருவமாகும். மேல் நோக்கியுள்ள முக்கோணம், மலையைப் போலவே, உறுதி அசையாத்தன்மை மற்றும் கடவுளைக் குறிக்கிறது. கீழ்நோக்கிய முக்கோணம், நீர் வீழ்ச்சி போல உறுதியற்ற, அசைவுகள் மற்றும் பெண் தெய்வத்தைக் குறிக்கிறது. இவ்விரண்டு முக்கோணங்களும் பிரியும் போது அவை சிவனின் உடுக்கையாகவே தோற்றம் அளிக்கிறது. (படம் 4.1) ஆனால் சேரும் போது ஆறு முனையுள்ள நட்சத்திரமாக உருமாறுகின்றன 4.5ல் அத்தகைய ஆறுமுனைகள் உள்ள நட்சத்திரங்கள் உள்ளன. இவைகள் யந்திரங்கள் அல்லது இயல்நிலை கடந்த தத்துவங்கள் உணர்த்தும் வடிவியல் செய்திகளாகும்.

4.16ல் காட்டியபடி இதே வடிவியல் உருவம் முப்பரிமாணங்களில் உணர்த்தப்படுகிறது. இந்த வடிவம் சிவலிங்கத்தைக் காட்டுகிறது. மேல்நோக்கி வரும் தூண் மேல் நோக்கியிருக்கும் முக்கோணத்தின் கொள்கையை கொண்டுள்ளது; இரண்டும் சிவனின் விறைத்த ஆண் உறுப்பைக் காட்டுகிறது, அவர் பூமிமேல் படுத்திருக்கும் நிலை குறிக்கிறது. தூண் நிற்கும் கீழ்ப்பகுதி, யோனி கீழ்நோக்கியிருக்கும் முக்கோணத்தின் தத்துவத்தையே கொண்டுள்ளது; இரண்டும் தேவியின் கருப்பையைக் காட்டுகிறது. படம் 4.4 மற்றும் 4.5ல் சிவன் மேல் அவள்

அமர்ந்திருக்கும் போது உள்ள நிலை காட்டுகிறது ஆக இந்த இணைப்பு - பொருளின் மாறிவரும் உண்மை (கீழ்நோக்கியுள்ள முக்கோண யோனி) மற்றும் ஆன்மாவின் மாறாத உண்மை (மேல்நோக்கிய முக்கோணம் லிங்கம்) ஆகியவற்றின் இணைப்பைக் காட்டுகிறது.

சிவலிங்கத்தின் மேல், உறுதியற்ற நிலையில் பானைகள் தொங்குகின்றன. பானையின் அடிப்பாகம் ஓட்டையாக்கப் பட்டுள்ளது, இதில் தண்ணீர் விடாது சொட்டிக் கொண்டே இருக்கிறது. இது நமக்கு அசையும் தன்மையுள்ள உலக வாழ்கையை நினைவூட்டுகிறது மற்றும் வாழ்க்கை என்பதே ஒவ்வொரு அசைவிலும் ததும்பி வழிகிறது, ஒவ்வொரு கணத்தின் அசைவிலும் வழிகிறது, இது ஓட்டைப் பானையில் தண்ணீர் வழிந்து ஓடுவது போன்றதாகும். இந்தக் குறுகிய காலத்திற்குள் நாம் ஆன்மா மற்றும் பொருள் உண்மையைக் கண்டு கொள்ள வேண்டும், எப்படி அவை இணையும் போது படைப்பு உருவாதலையும், அவை பிரியும் போது அழிவு நேர்வதையும் உணர வேண்டும்.

5
தேவியின் ரகசியம்
ஆசையும் விதியும் வாழ்வை தோற்றுவிக்கின்றன

படம் 5.1
கன்னியாகுமரி

படம் 5.1ல் ஒரு இளம் பெண், மாலையைக் கையில் வைத்தபடி, மணாளனுக்காகக் காத்திருக்கிறாள். இது கன்னியாகுமரி, கன்னிக்கடவுள், இத்தெய்வத்தின் கோயில் இந்தியாவின் தென் மூலையில் அமைந்துள்ளது. கதை இவ்வாறு செல்கிறது; வடக்கே பனிமூடியுள்ள மலைகளின் உச்சியில் வாழ்கின்ற சன்னியாசி சிவனை கன்னியாகுமரி மணக்க ஆசைப்பட்டாள். மணமுடிக்கும் முகூர்த்த நேரமோ ஒரே இரவில் சிவன் வடக்கிலிருந்து தென்திசைக்கு வரவேண்டும் என்பது போல் அமைந்திருந்தது. அவர் தென்திசையை அடையும் முன்னர், தேவர்கள் ஒரு சேவலைக் கூவச் செய்தனர். சிவா இது இரவு முடிந்து பகல் ஆரம்பம் ஆகும் தருணம் என்றும் திருமணத்திற்குரிய நேரம் கடந்து விட்டது எனவும் உணர்ந்தார். ஆகவே அவர் திரும்பி விட்டார். மணக்கோலத்தில் உள்ள பெண்கடவுள், மணமகனுக்காகக் காத்துக்கொண்டே இருக்கிறாள், மணமகன் வருவதாக இல்லை. திருமணத்திற்காகச் சமைத்திருந்த அத்தனை உணவும் வீணாகியது. கோபத்தில் பானைகளையும் சட்டிகளையும் உடைத்துத் தன் முக அலங்காரத்தையும் அழித்துவிட்டாள். எனவே தான் தெற்குமலையிலுள்ள கடலும் மண்ணும் விசித்திரமான நிறக்கலவைகளாய் உள்ளன. இந்தப் பெண் நிறைய சக்தி பெற்றிருந்தாள், திருமணத்தாலும் கர்ப்பத்தாலும் அச்சக்தி வளைக்கப்பட்டிருக்கும். ஆனால் மணாளன் இல்லாமல் வாழக் கட்டாயப்படுத்தப்பட்டதால், தேவர்கள் இச்சக்தியை இயக்கி, இப்பெண்தெய்வம் சண்டையிட்டு அசுரர்களைக் கொல்லுமாறு செய்தனர். இந்தக் கதை பெண் தெய்வத்தின் பயன்படாத சக்திக்கு நம் கவனத்தைக் கவர்கிறது. மணமாகியிருந்தால் இந்த சக்தி ஒரு வீடு ஆக்கம் பெறத் திருப்பப்பட்டிருக்கும். திருமணம் ஆகாததால் இச்சக்தி பாதுகாப்பிற்கு திருப்பிவிடப்படுகிறது. அத்தியாயம் 3ல் அர்த்தநாரியின் ரகசியம் விளக்கப்பட்டது போல், இப்பெண் தெய்வம் பொருள் உலகத்தின் அடையாளம் நாம் நம் உணர்வுகள் மூலமாகப் புரிந்து கொள்ளும் உலகம். இந்த உலகம் அன்னையைப் போல் உணவளிக்கவும் விரும்புகிறோம், நம்மைப் பாதுகாக்கும் போர் வீரனாகவும் விரும்புகிறோம். ஆகவே பெண் தெய்வமும் அவளின் சிறிய இரட்டைத் தோற்றங்களான வீட்டுப்பெண் தெய்வங்களும் கிராமிய தேவதைகளுமாகச் சேர்ந்து நமக்கு தாய்மார்களாகவும் போரிடும் வீராங்கனைகளாகவும்

மூக்கில் அணிந்துள்ள மூக்குத்தி அவளைக் குடும்பப் பெண்ணாகவே காட்டுகிறது.
கீழுள்ள சிங்கம் அவள் இன்னமும் சக்தியும் உக்ரமும் வாய்ந்தவள் எனக் காட்டுகிறது.

படம் 5.2
கிராம தேவதை

கையிலுள்ள கிண்ணம் தன்னை அடிமைப்படுத்த முயல்பவரின் ரத்தம் குடிக்கும் கோப்பையாகும்.
கையில் வைத்துள்ள சூலம் தன்னை ஆதிக்கம் செலுத்துவோரை வீழத்தச் செய்கிறது.
கூரான கோரைப்பில் தேவியின் அடிப்படை உக்ரத் தன்மையை நினைவூட்டுகிறது.
கையில் பிடித்திருக்கும் பாம்பு பூமியின் வளத்தை உணர்த்துகிறது. பழைய சட்டையை உரித்து விட்டு தன்னை அடிக்கடி புதுப்பித்துக் கொள்ளும் பாம்பின் தன்மையைக் குறிக்கிறது.
அவள் காலடியில் இருக்கும் அசுரன் அவளைக் (அடக்கி ஒடுக்கி) குடும்பப் பெண்ணாக மாற்ற முயற்சிக்கும் சக்திகளின் உருக்கம்.

படம் 5.3
சயனித்திருக்கும் கிராம தேவதை

இருக்கின்றனர். அன்பும் அதேசமயம் அச்சுறுத்தும் வலிமையும் கொண்டவராக உள்ளனர்.

படம் 5.2 கிராமப்பெண் தேவதையை அல்லது கிராம தேவியைக் காட்டுகிறது. அவளுடைய தலை மட்டும் தெரிகிறது. அவள் உடல் கிராமமே அவள் மேல் அமர்ந்து கிராம மக்கள் அவளிடம் உணவு பெறுகிறார்கள். அவர்கள் (அவளிடம்) அன்பு செலுத்துகின்றனர், அச்சமும் கொண்டுள்ளனர்.

அவர்கள் வீட்டுத்தன்மைக்கும் (பழத் தோட்டங்கள், வயல்கள், தோட்டங்கள்) கீழே வனாந்தரமும் பின்னணியில் உள்ளது என்பதை அறிந்துள்ளனர். அவள் சந்தோஷம் கொள்ளவில்லை எனில் தன்னுடைய கோபத்தை வெளிப்படுத்துவாள் - கிராமத்தின் மேல் காட்டை அவிழ்த்து விடுவாள். இது நோயின் மூலமாகவும் சாவின் மூலமாகவும் நடக்கிறது. பெண் குறைப் பிரசவமுற்றால், நோவு நாடி பரவினால், குழந்தைகளுக்கு அதிகம் ஜுரம் வந்தால், மொத்த கிராமமே இப்பெண் தெய்வத்தின் கோபமாக எடுத்துக் கொள்கிறது.

எந்த ஒரு கிராமமோ, வயலோ, பழத்தோட்டமோ அந்தந்த இடத்தின் இயற்கை முறையை அழிக்காமல் ஏற்பட முடியாது - காடுகளின் மரங்களை வெட்டாமல், மண்ணை உழாமல், பாறைகளை உடைக்காமல், நதியை விரும்பியபடி திருப்பி விடாமல் கிராமமோ, வயலோ, பழத்தோட்டமோ ஏற்பட முடியாது. இவைகள் யாவுமே வன்முறை இயக்கங்கள் தாம், பூமியை வன்மையாக அடக்கிப் பழக்குதலாகும். ஏன் அடக்கிப் பழக்க வேண்டும்? ஏனெனில் நம்மால் முடிகிறது, ஏனெனில் நாம் மனிதர்கள், ஏனெனில் நமக்கு அவ்வாறு செய்யும் திறமை இருக்கிறது. இந்தத் திறமையை நாம் பயன்படுத்துவதன் காரணம், நாம் சிறந்த வாழ்க்கையை வேண்டுகிறோம் - நாம் உயிர்வாழ, இயற்கையின் காருண்யத்தில் நம்மை உட்படுத்திக் கொள்ளாமல் இருக்க முடிகிறது.

மனிதனுக்கும் மற்றவற்றிற்கும் இடையிலான பந்தம்/ உறவு ஆசையின் பால் கொண்டது. ஆசை தேவையையும் பேராசையையும் பூர்த்தி செய்யும். எப்படிப் பார்த்தாலும் இயற்கை சுரண்டப்படுகிறது. தான் உண்ணவும் உடுக்கவும் தனக்கு மேல் கூரை இடவும் மனிதன் இயற்கையைச் சுரண்டுகிறான். இந்தப் பெண் தெய்வத்தை (பூமிமாதா) அடக்கிப் பழக்கவும், அன்னையாக இருக்கவும் மனிதன் இறைஞ்சுகிறான். ஆனால் அவனுக்குத் தெரியும் - இயற்கை

தேவியின் ரகசியம்
113

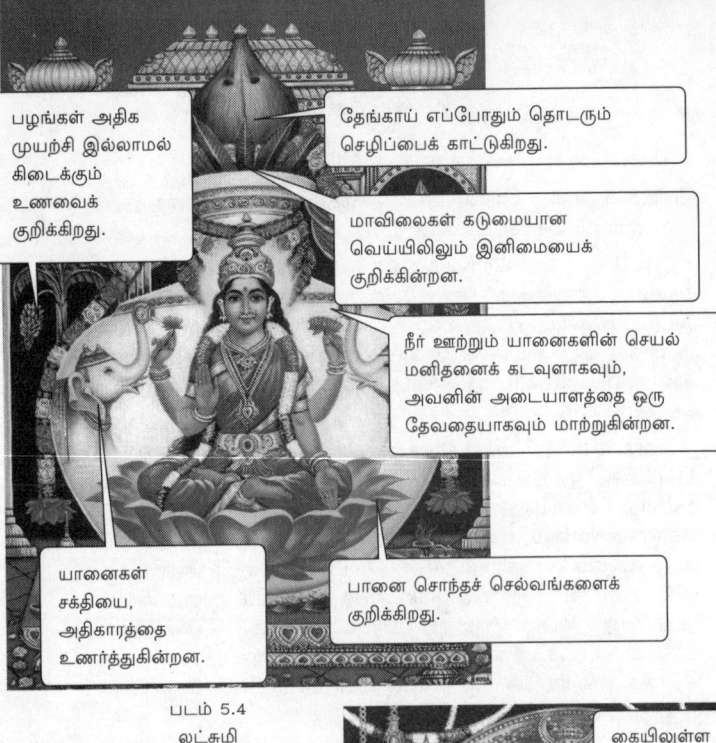

பழங்கள் அதிக முயற்சி இல்லாமல் கிடைக்கும் உணவைக் குறிக்கிறது.

தேங்காய் எப்போதும் தொடரும் செழிப்பைக் காட்டுகிறது.

மாவிலைகள் கடுமையான வெய்யிலிலும் இனிமையைக் குறிக்கின்றன.

நீர் ஊற்றும் யானைகளின் செயல் மனிதனைக் கடவுளாகவும், அவனின் அடையாளத்தை ஒரு தேவதையாகவும் மாற்றுகின்றன.

யானைகள் சக்தியை, அதிகாரத்தை உணர்த்துகின்றன.

பானை சொந்தச் செல்வங்களைக் குறிக்கிறது.

படம் 5.4
லட்சுமி

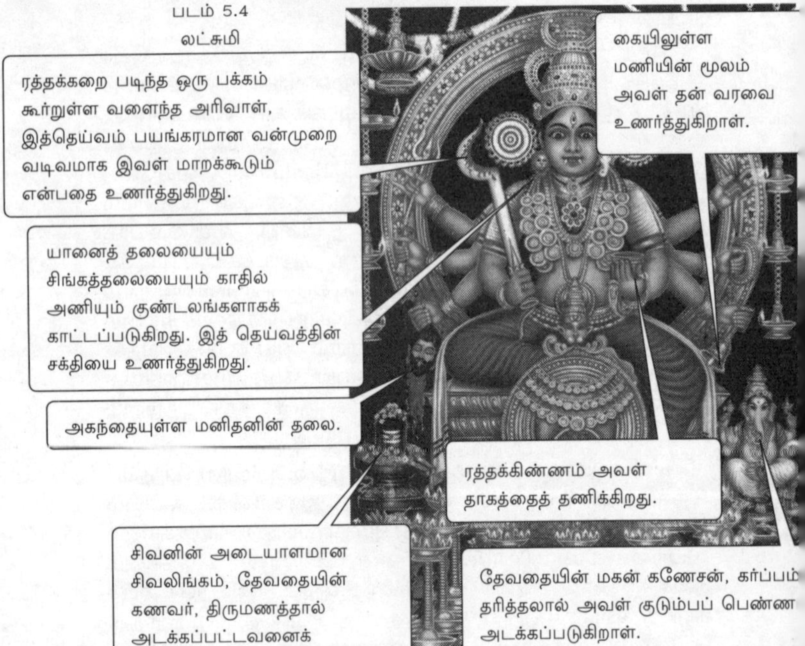

ரத்தக்கறை படிந்த ஒரு பக்கம் கூர்றுள்ள வளைந்த அரிவாள், இத்தெய்வம் பயங்கரமான வன்முறை வடிவமாக இவள் மாறக்கூடும் என்பதை உணர்த்துகிறது.

கையிலுள்ள மணியின் மூலம் அவள் தன் வரவை உணர்த்துகிறாள்.

யானைத் தலையையும் சிங்கத்தலையையும் காதில் அணியும் குண்டலங்களாகக் காட்டப்படுகிறது. இத் தெய்வத்தின் சக்தியை உணர்த்துகிறது.

அகந்தையுள்ள மனிதனின் தலை.

ரத்தக்கிண்ணம் அவள் தாகத்தைத் தணிக்கிறது.

சிவனின் அடையாளமான சிவலிங்கம், தேவதையின் கணவர், திருமணத்தால் அடக்கப்பட்டவனைக் குறிக்கிறது.

தேவதையின் மகன் கணேசன், கர்ப்பம் தரித்தலால் அவள் குடும்பப் பெண்ண அடக்கப்படுகிறாள்.

படம் 5.5 பூவதி

அன்னை - அபாயகரமான வீச்சுள்ளவள், அவனை எந்த சமயத்திலும் தண்டிக்க முடியும் - என்பதும் தெரியும்.

படம் 5.3 தென்னிந்தியாவிலுள்ள ஒரு கிராம தேவதை. அவள் காலடியில் ஒரு அசுரன் ஒடுங்கியிருக்கிறான். யார் இந்த அரக்கன்? இதை யாரும் ஒப்புக்கொள்ள மாட்டார்கள், ஆனால் இந்த அரக்கன் மனிதனே - இயற்கையை அழித்துத் தன் குடியிருப்பை, அமைப்பை நிறுவ முயல்கிறான். இவன் வெளிப்புறத்தவனாகக் காட்டப்படுகிறான் - காடுகளின் மேல் ஆட்சி செலுத்தி, பெண் தெய்வத்தைத் தன் துணையாக்கிக் கொள்ளும் மனிதனின் ஒரு பகுதியாவான். இவன் ஒரு மோசமான மகன். இவனுடன் பெண் தெய்வமும் மோசமானவளாகவும் அச்சமூட்டும் வன்செயல் உள்ளவளாகவும் காணப்படுகிறாள். நல்ல மகன் பெண் தெய்வத்தைப் போற்றுகிறான். அவனுடன் பெண்தெய்வம் சிறந்த அன்னையாக மாறுகிறான், செழிப்பும் மகிழ்ச்சியும் கொள்கிறாள். படம் 5.4ல் உள்ள பெண் தெய்வமாக ஆகிறாள். இதுதான் லட்சுமி, பூமியின் செல்வமும் வளமும் சேர்ந்த உருவம். அவள் படம் 5.2, 5.3ல் இருப்பதுபோல தேவதை அல்ல, இறைவி. அவள் ஒரு குறிப்பிட்ட இடத்துக்கு மட்டுமாக அல்லாமல், இயல்நிலை கடந்த பரந்த எண்ணங்களை குறிப்பவள்.

லட்சுமி செல்வமும் நல்வாய்ப்பும், தன்னகத்தே கொண்டவளாகிறாள். ஒரு ஸ்ரீதேவியாக நம் வாழ்வில் வளத்தைத் தந்து, மனிதருள் அரசர்கள் ஆக்குகிறாள். ஒரு 'பூதேவி'யாக அவள் சொந்தமான பூமி, தன் குழந்தைகளுக்கு வீடும் ஆதரவும் தருகிறாள். இந்த வடிவத்தில் அவள் தாமரை மேல் அமர்ந்திருக்கிறாள், வாழ்க்கையின் சக்தியிலும் கூட எல்லா சிறப்புகளும் வெளிவர முடியும் எனக் குறிக்கிறாள். அவளின் இருபுறமும் வெள்ளை யானைகள், அதிகாரத்தையும் செல்வாக்கையும் உணர்த்துகின்றன, அரசர்களுள் சிறந்தவர்களுக்கே அவை வைக்கப்பட்டுள்ளன. பின்புலத்திலுள்ள பானை சொந்த செல்வத்தைக் குறிக்கிறது, இது எல்லா செல்வத்தின் மூலமாக உள்ள நதியிலோ குளத்திலோ வேறுபட்டது. இந்தப் பானை ஒரு புனிதமான கலைப்பொருள். நாகரிகத்தின் எல்லைக்குள் அடங்கிய செல்வத்தை உணர்த்துகிறது. இயற்கையில் காணும் காசில்லாச் செல்வம் இல்லை இது; மனிதன் அதிகாரம் செலுத்தும் செல்வம் ஆகும்.

மனிதனின் பசி தீர்த்து அவன் புலன்களுக்கு இன்பம் தரும் தாவரங்கள் லட்சுமியைச் சூழ்ந்துள்ளன. தென்னை

மனிதன் தன் கர்மக்கடன்களை அடைக்கும் வரை கர்மபலன்கள் அனுபவிக்கும் வரை அவனைப் பிடித்திருக்கும் மூக்கணாங்கயிறு (பாசக்கயிறு).
பிறைச் சந்திரன் - வளர்வதும் தேய்வதுமாக - அவ்வப்போது எழும் உணர்வுகளைக் குறிக்கிறது.
கோடாலி - ஆன்மீக மற்றும் பொருள் உண்மைகளின் வேற்றுமையை உணர்த்துவது.
ஒருவர் ஆழ்ந்து சிந்திக்கையில் தம்மை வெளிப்படுத்தும் பொருள் வாழ்வின் இனிமையை கரும்பு வெளிப்படுத்துகிறது.
காமனுடைய கரும்புவில், ஆசைக் கணைகளைத் தொடுப்பதற்கான உணர்வைத் தூண்டும் அம்புகள் மற்றும் மனம்.
காமனுடைய கரும்பு வில், ஆசையின் அம்புகளை எய்வதற்காக.

படம் 5.6
காமாட்சி

மற்றும் வாழை மரங்கள் அவ்வளவாகப் பேணிக் காக்காத மரங்கள், ஆனால் அவை உயிர்சத்துக்களை எல்லார்க்கும் தருகின்றன, இதனால் இவை பொருளாதார மதிப்புள்ள உயர்ந்த புனிதப்பயிர்களாக, முதலீட்டின் மேல் மிக உயர்ந்த பொருள் மதிப்பு தருவதாக அமைந்துள்ளன. பானையில் உள்ள மாவிலைகள் வெய்யிற்காலத்தைச் சற்று தணிக்கும் இனிய பழவகையாக நமக்கு நினைவூட்டுகின்றன. பானையின் அடியிலுள்ள வெற்றிலை சாப்பாட்டிற்குப் பிறகு மென்று விழுங்கப்படுகின்றன, இது ஜீரணத்துக்கு உதவுகிறது மற்றும் இல்லறத்தார்க்குப் பாலுணர்வூட்டும் காரணியாகவும் இருக்கிறது. ஆக இந்த வகை பயிர்கள் வளமையையும் இன்பத்தையும் குறிப்பதாக உள்ளன. உலகத்திலிருந்து மனிதன் பெற விரும்புவது இவைகளே, 5.3 படத்தில் உள்ளது போல தேவதையை கிராமத்து வடிவிலோ அல்லது 5.4 படத்தில் உள்ளது போல் அதைவிடப் பெரிய உலக வடிவிலோ பெண் தெய்வத்தை மனிதன் வடிவமைத்துப் பார்க்கிறான்.

படம் 5.5 ஒருவிதமாக, 5.3 மற்றும் 5.4 படங்களின் கருத்துக்களை, ஒன்றிணைக்கிறது. இது பகவதி எனப்படும் கேரள மாநிலத்தின் கிராமதேவதை, முதல் நோக்கிலே, இந்த பெண் தெய்வம் நீண்டு வளர்ந்த நகங்களுடனும் ரத்தக்கறை அரிவாளுடனும் பயங்கரமாகக் காணப்படுகிறாள். கட்டுக்கடங்காத இப்பெண் தெய்வம் அசுரர்களைக் கொன்று அவர்களின் ரத்தத்தைக் குடிக்கிறாள். ஆனாலும், அவளின் வலப்பக்கத்தில் சிவலிங்கம் உள்ளது, அது அவள் கணவரின் அடையாளமாக; மற்றும் இடப்பக்கத்தில் யானை முகனாக கணேசர், அவளின் மகன். ஆக இத்தெய்வம் மலைகளின் இளவரசி பார்வதியின் ஒரு உருவம். சக்தியின் வடிவமான பிராந்திய தெய்வம், பெண் சக்தி.

படம் 5.6 காமாட்சி தேவியை கரும்புகள் சூழ்ந்தவளாகக் காட்டுகிறது. கரும்பு, இந்தியாவில் அன்பின் அடையாளம். அது ஆசை, காமம் மற்றும் எல்லா புலன் இன்பங்களின் வடிவங்களுக்கும் ஒரு அடையாளம். காமாட்சி தன் கையில் தாமரையும் வைத்திருக்கிறாள். இவை யாவுமே காதல் கடவுள் காமனின் ஆயுதங்கள்.

கிளி மேல் அமர்ந்து கொண்டு, காமன் தன் மீன் கொடியை உயர்த்திக் கொண்டு, கரும்புவில்லை உயர்த்தி, வண்டுகளாகிய நாணை இழுத்து, மலர் அம்புகளை எய்கிறான். அது இதயத்தை கிளுகிளுக்கச் செய்து, விதிக்கும் நன்னடத்தைக்கும் முரணாக கற்பனைகளையும்

தேவியின் ரகசியம்

படம் 5.7
துர்கா மற்றும் அவளின் குடும்பம்

கோரிக்கைகளையும் மனதில் நிரப்பி விடுகிறது. காமன், ஆசையின் கடவுள், ஒரு உருக்குலைக்கும் சக்தி. இது எந்த அளவு நம்பப்படுகிறது என்றால் இந்துக்கள் காமனை இனிமேலும் வழிபடுவதில்லை. ஆனால் இந்த காமனின் கோட்பாடு, தேவியே அவனுடைய கரும்பு வில்லையும் மலர் அம்புகளையும் தாங்கும் போது, ஏற்கப்படுகிறது.

ஆசை என்பது இந்துத்துவத்தில் முக்கிய கோட்பாடு. ரிக்வேதத்தில், இந்த உலகமே படைப்பவரின் இதயத்தில் ஆசை தோன்றியதால் தான் வந்தது என்று சொல்லப்படுகிறது. உலகத்தோடு செயல்புரிவதன் மூலம் ஒரு மனிதனின் ஆசை பூர்த்தி செய்யப்படுகிறது. உலகத்திலிருந்து செல்வம், அறிவு, அதிகாரம் வருகின்றன. இவையாவற்றையும் தேவியிடமிருந்து மனிதன் பெறலாம், ஆனால் தேவி பதிலுக்கு மனிதனிடம் சிலவற்றைக் கேட்கிறாள். அவள் காணும் சக்தியாகவும் காணப்படும் பொருளாகவும் இருக்கலாம், ஆனால் காண்பவன் அவளுடன் செயல் புரிய வேண்டும், அதிகாரத் தோரணையில் அல்ல, ஆனால் அன்பு மொழியாலேயே.

தன்னுடைய இரண்டு மேல் கைகளிலும் அவள் கோடாலியும், பாசக்கயிறும் வைத்துள்ளாள். கோடாலி, இறப்பின், பிளப்பின் அடையாளம். கோடாலி கொல்கிறது, உடலை ஆன்மாவிலிருந்து பிரிக்கிறது. பாசக்கயிறோ (மூக்கணாங்கயிறோ) பந்தப்படுத்துகிறது, கட்டுகிறது. இது உடலை ஆன்மாவுடன் பிணைக்கிறது மற்றும் எல்லா உயிர்களையும் அவரவர் விதியுடன் பிணைக்கிறது. யாரும் விதியிலிருந்து தப்பிக்க முடியாது. இறப்பும் கூட விதியிலிருந்து விடுபடும் சாத்தியக் கூறல்ல. விதியின் பாசக்கயிறு (மூக்கணாங்கயிறு) நம்மை இன்னொரு வாழ்க்கையை வாழக் கட்டாயப்படுத்துகிறது, நம் விதியைத் தீர்க்கும் காலம் வரை. ஆகவே தான் நாம் மறுபடி மறுபடி பிறக்கிறோம்; நமக்குக் கொடுக்கப்பட்ட சரீரத்துடனும் நம்மைச் சுற்றியுள்ள சூழ்நிலைகளுடனும் வாழச் சபிக்கப்படுகிறோம். நாம் ஆணாகவோ பெண்ணாகவோ இருப்பதை நாம் தேர்வு செய்வதில்லை. நம் குடும்பங்கள் ஏழ்மையாகவோ வசதிமிக்கதாகவோ, அன்புள்ளம் உள்ளதாகவோ அல்லது சிதறு போக்கைக் கொண்டதாகவோ அமைவதையும் நாம் தேர்வு செய்வதில்லை. விதியின் தாறுமாறான போக்குகளை பொறுத்துக் கொள்வதைவிட நமக்கு வேறு தேர்வு இல்லை.

ஹனுமான், தேவியின் பிரம்மச்சரிய விரதம் பூண்ட குரங்குக் காவலன்.

பைரவா, தேவியின் மெய்ப் பாதுகாப்பாளன், பையன்.

படம் 5.8
வைஷ்ணவ தேவி

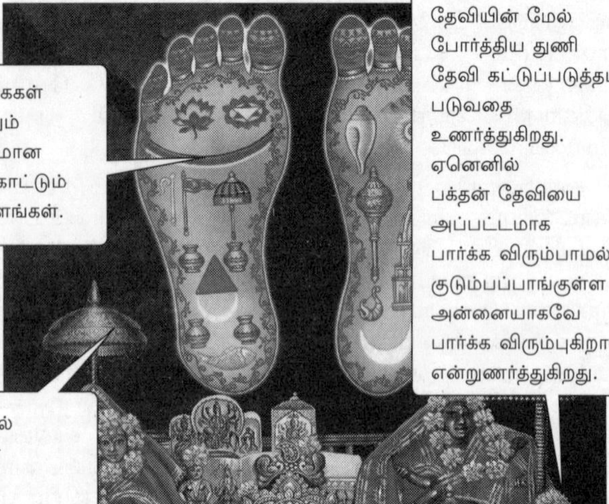

தேவியின் மேல் போர்த்திய துணி தேவி கட்டுப்படுத்தப் படுவதை உணர்த்துகிறது. ஏனெனில் பக்தன் தேவியை அப்பட்டமாக பார்க்க விரும்பாமல், குடும்பப்பாங்குள்ள அன்னையாகவே பார்க்க விரும்புகிறாள் என்றுணர்த்துகிறது.

கால் ரேகைகள் சக்தி மற்றும் மங்களகரமான வற்றைக் காட்டும் அடையாளங்கள்.

படங்களில் மேலுள்ள குடைகள் வழிபட, ஆச்சரியம் தரும் அடையாளங்கள்.

மூன்று பாறைகள் தேவியின் மூன்று அம்சங்களையும் குறிக்கின்றன. அவள் ஞான ஒளியூட்டுகிறாள் (சரஸ்வதி), செல்வம் தருகிறாள் (லட்சுமி) மற்றும் அதிகாரமும் சக்தியும் அளிக்கிறாள் (துர்கா).

படம் 5.9
வைஷ்ணவ தேவி சன்னிதானம்

இந்துத்துவத்தில் விதி என்பது மரணக்கடவுளான யமனால் மேற்பார்வையிடப்படுகிறது. எருமை மேல் அமர்ந்து பாசக்கயிறை எடுத்துக்கொண்டு யமன் சவாரி செய்கிறான். யமன் நம் எல்லா செயல்களுக்காகவும் ஒரு புத்தகத்தைப் பராமரிக்கிறான். ஒவ்வொரு செயலும் ஒரு கடனையோ பலனையோ ஏற்றுகிறது. இதுதான் கர்மா. நாம் நம் கடனை அடைக்க வேண்டும் அல்லது பலனை அனுபவிக்க வேண்டும். நம்முடைய கணக்குப் புத்தகம் சரியான நிலை காட்டாதவரை, யமன் தன் பாசக்கயிறால் நம்மைப் பிணிக்கிறான். படம் 5.7ல், பெண் கடவுள் ஒரு அரக்கனைக் கொல்கிறாள், இவன் எருமையும் ஆவான். தெளிவாக உரைக்கப்படாவிட்டாலும், (ஒரு வேளை) விதியைத் தாங்கி நிற்கும் யமனை இத்தேவதைக் கொல்கிறாளோ என ஒருவர் ஆச்சரியமுறலாம்; நம் விதியிலிருந்து நம்மை விடுவித்து, நம் எல்லா ஆசைகளையும் நிறைவேற்றுகிறாளோ?

படம் 5.7ல் உள்ள தேவி துர்கை, சக்தியின் பிரபலமான வடிவம், தேவி *பாகவதத்தில்* இவளின் புராணம் சொல்லப்படுகிறது. அவள் சக்தி, அன்பு இரண்டும் ஆவாள். அவள் முகமோ மணப்பெண் போல் அலங்கரிக்கப்பட்டிருக்கிறாள் ஆனால் கைகளிலோ போர்க்கருவிகள். மணப்பெண்ணாக அவள் அன்பு; போர் வீராங்கனையாக அவள் சக்தி. மணப்பெண்ணாக, ஆசைகளைப் பூர்த்தி செய்கிறாள்; போர் வீராங்கனையாக அவள் விதியை வெல்கிறாள். தன் ஆயுதங்களால், அவள் நம்மைப் பாதுகாக்கிறாள், உணவூட்டுகிறாள், அவள் நம்மைப் பத்திரமாக வைத்திருக்கிறாள், போஷாக்கும் அளிக்கிறாள். ஆக, அவள் சக்தி அன்பு (அக்கறையோடு பேணப்படுவதன் உணர்வு) இரண்டையும் கொண்டிருக்கிறாள். எனவே தான் அவள் அன்னை எனப்படுகிறாள். இந்த வடிவமே லட்சுமியையும் சரஸ்வதியையும் துர்க்கையின் பெண்களாகக் காட்டுகிறது - ஆக சக்தியும் அன்பும் செல்வத்தையும் அறிவையும் தருகின்றன.

துர்கா காட்டு அரசனான, காட்டில் உள்ள ஆதிக்க சக்தியான, சிங்கத்தின் மீது பயணிக்கிறாள். உணவுத் தொடர் மேல் மட்டத்தில் அமர்ந்துள்ளாள். படம் 5.8ல் தேவி புலி மேல் சவாரி செய்கிறாள். சக்தி மிக்க புலிகளை அடக்கி ஆண்டு, தன் வலிமையைக் காட்டுகிறாள். துர்கா என்ற அவள் பெயரே அவள் வெல்ல முடியாதவள் என்பதைக் கூறுகிறது. ஆகவே

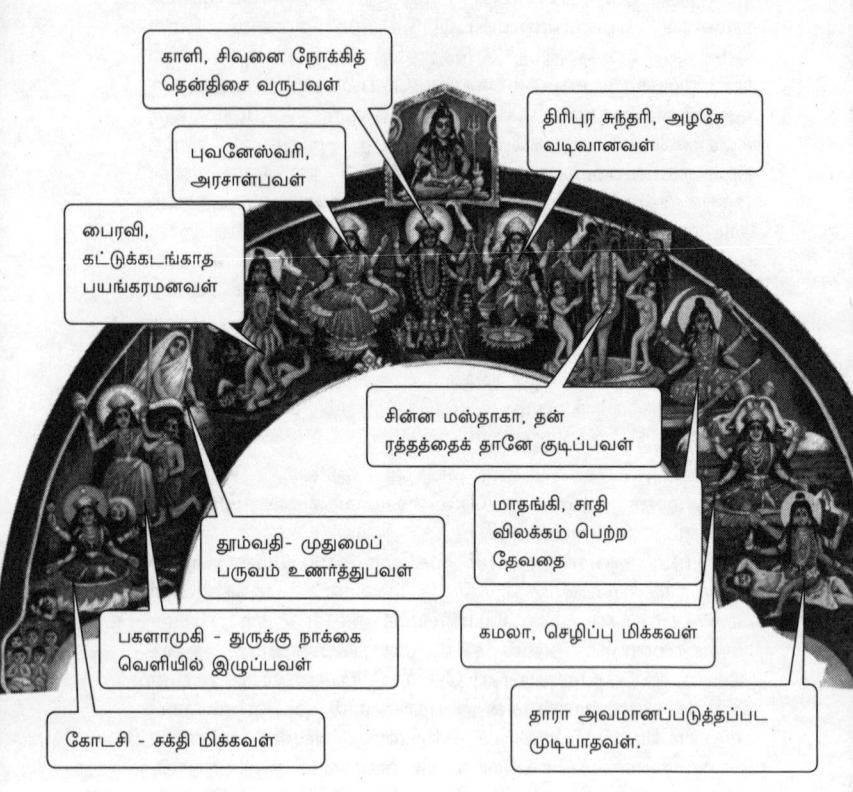

படம் 5.10
மகா வித்தைகள், பெண் கூட்டு,
யாவுமே தேவியை உணர்த்துகின்றன.

அவள் அழிக்க முடியாதவள். உருவக வடிவில் பார்த்தால், சக்தி நம்மைச் சுற்றிக் காணவரும் பௌதீக உலகம் மட்டும் அல்ல, மனமும் கூட. இயற்கையிலேயே நம் மனது தறிகெட்டு கட்டுப்பாடற்று ஓடும் தன்மையது, ஆனால் காலப்போக்கில் நல்வாழ்க்கைக்காக நாம் ஏற்படுத்தும் உயர் விழுமியங்களிலும் விதிகளிலும் அதைக் கட்டுக்குள் கொண்டு வருகிறோம். புனித நூல்களில், மனம் ஆத்மாவிலிருந்து பிரித்தறியப்பட வேண்டும், ஏனெனில் மனம் நிலை கொள்ளாதது, ஆத்மா அமைதியானது. மனம் ஆதிக்கம் செலுத்தவும் செய்யும், பாசத்துடனும் இருக்கும். ஆத்மாவோ ஆதிக்கத்தையும் பாசத்தையும் சாட்சியாக மட்டுமே பார்க்கிறது.

படம் 5.7ல் உள்ள பிரபஞ்ச துர்க்காவால் சொல்லப்படும் பிரபஞ்ச அரக்கனே - படம் 5.3ல் உள்ள பிராந்திய கிராம தேவியால் சொல்லப்படும் பிராந்திய அரக்கன் ஆகும். இந்த அரக்கன் தான் துர்கா யார், சக்தி யார் என்பதை மறக்கிறான். இவன்தான் 'காண்பான்' எனும் 'மனம்' சக்தி அன்னையைப் போல் தனக்கு உணவளிக்கிறாள், மணப்பெண் போல் இன்பம் தருகிறாள் என்பதை மறந்து அவளை அடிமையாக்க நினைக்கிறான். சிலர் இந்த அரக்கனை, அதிகாரம், ஆதிக்கம், அங்கீகாரம் இவற்றிற்கு இச்சைப்படும் 'ஆணவமாக' அடையாளப்படுத்துகின்றனர், இவனே புகழையும் மற்றவர் கவனத்தையும் ஈர்க்க முயலும் பேராசைக்காரன் என்கின்றனர். மற்றவர்கள் சொல்கிறார்கள் - இந்த அரக்கன் 'மறதி' என்ற அரக்கன், தேவியின் உண்மை வடிவை நாம் மறக்குமாறு செய்கிறான் என்கின்றனர்.

இந்தியாவின் பல பகுதிகளில் தேவியால் அழிக்கப்பட்ட அசுரன் பைரவனாக, அவளின் மெய்க்காப்பாளனாக உருமாறுகிறான். வைஷ்ணோ தேவியின் கதையில் படம் 5.8ல் மனித உருவமாகக் காட்டப்பட்டவள், படம் 5.9ல் மூன்று பாறைகளாகக் காட்டப்பட்டவள், ஒரு ஆண் சன்னியாசியின் காம நெருக்கத்தைத் தவிர்க்க முயல்கிறாள். விடாது அந்த சன்னியாசி அவளைத் தொடர்ந்து வருகையில், எரிச்சலுடன் திரும்பிய அவள், ஒரு பயங்கரமான போர் வீராங்கனையாக மாறி, அவன் தலையைத் துண்டிக்கிறாள். அவளைத் துன்புறுத்தியவன் வருத்தமடைந்து மன்னிப்புக் கோரி, அவள் பக்தனாகவும் பாதுகாவலாளியாகவும் ஆகிறான், அவனுடைய கோயிலும் அவள் கோயிலுக்கு

- அரசனின் தங்கக்கீரிடம்
- துறவி போல் பின்னிய சடை
- நேர்கோடு, புனித அடையாளம்
- விபூதி இணைகோடு, புனிதத்தின் அடையாளம்
- மார்பின் சக்தி வெளிப்படுத்தும் சங்கு ஊதுதல்
- ருத்ராட்சமாலைகள் சக்தியை உணர்த்துகிறது.
- கவனத்தைக் கவர மலர்கள்.
- மிருகத்தோல் உடுத்தியது, சன்னியாச வாழ்முறையைச் சொல்கிறது.
- சில்க் துணி, நெசவாளரை உணர்த்துவது, அதன் மூலம் சமூகத்தைக் குறிப்பது.
- கருடன், கழுகு - பறவையின் பார்வையை உணர்த்துவது.
- காளை, சுயச்சார்பும், கட்டுப்பாடற்ற தன்மையும் குறிக்கிறது

படம் 5.11
ஹரிவாரா

அருகில்தான் உள்ளது, அவளைத் தரிசிக்கும் பக்தர்கள் அவனையும் தரிசிக்கின்றனர். ஆக தேவியை அடக்க முயல்பவன் அவளிடம் சரணாகதி அடைய முடிகிறது. வேறு வார்த்தைகளில் சொன்னால், ஆசைகளை விரட்டிக் கொண்டு அவை பின் போகும் ஒருவனும் விதிக்குப் பணிய முடியும்.

படம் 5.8, தேவியை அனுமான் காப்பதாகக் காட்டுகிறது. கதை இப்படிச் செல்கிறது. விஷ்ணு பூமியில் ராமனாக அவதரித்த போது, தேவி சீதையின் வடிவில் தொடர்ந்தாள். அவள் அவ்வாறிருக்கும் போது, இராவணன் எனும் அசுர அரக்கன் அவளைக் கடத்திச் சென்றான். அனுமான் ராமன் சீதையை மீட்க உதவினாள். ஆனால் எந்த ஒரு பிரதிபலனும் எதிர்பாராது உதவினான்.

ஒரு முறை கூட சீதையைக் காமக்கண் கொண்டு பார்க்கவில்லை. தன் வாழ்நாள் முழுதும் பிரம்மச்சாரியாகவே இருந்தான். அதாவது அவன் எதையும் விரும்பவில்லை. ஒரு குரங்கு உருவ அனுமான் இவ்வளவு கட்டுப்பாட்டுடன் இருந்தது, அவனை வழிபடும் சிறப்பைத் தந்தது. தேவியின் மெய்க்காப்பாளராக மட்டுமல்ல, அவன் தன் உரிமையிலேயே ஒரு தெய்வமும் ஆனான்.

மறுபிறப்பு என்ற கொள்கை திரும்பத்திரும்ப இந்து புராணத்தில் சொல்லப்படுகிறது. எதுவுமே முழுமையானதல்ல. காடு வயலாகிறது மறுபடியும் காடாகிறது. மணப்பெண் போர் வீராங்கனையாகிறாள், கொல்பவள் தேவதைகளின் அன்னையாகிறாள், துன்புறுத்துபவன் மெய்ப்பாதுகாப்பாளன் ஆகிறான், மிருகமும் கடவுளாகிறது. படம் 5.10, படம் 5ல் காணப்பட்ட தேவியின் தலையைச் சுற்றிலுமுள்ள பல பெண் தெய்வங்களின் கூட்டைக் காண்பிக்கிறது. சிலர் கட்டுக்கடங்காமலும், சிலர் மென்மையாகவும், சிலர் அன்புள்ளத்தோடும், சிலர் பயங்கரமாகவும் உள்ளனர். ஒவ்வொன்றும் தேவியின் ஒவ்வோர் அம்சம். இவர்கள் யாவரும் மகாவித்தைகள், அல்லது பெரிய விசால அறிவின் உருவங்கள். அறிவு என்பதே இயற்கையைப் பலவாக உணர்வது, பொருள் பல வடிவங்களை எடுக்கலாம், ஆனால் எல்லாமே நம் தார்மீகக் கோட்பாட்டிற்கும் கலையுணர்வுக்கும் அடங்கி வருவதல்ல. ஒரே நேரத்தில் தேவி 5.4 படத்தில் உள்ளது போல் செல்வம் வழங்கும் லட்சுமியாகிறாள் 5.5 படத்தில் உள்ளது போல கூரிய நகங்கொண்ட பயங்கர பகவதி ஆகிறாள், 5.6

படத்திலுள்ள அன்பு காமாட்சியாகவும் இருக்கிறாள். ஆக செல்வம் அதிகாரத்தை ஏற்படுத்துகிறது, அதிகாரம் அன்பாக முடியும், அடக்கியாளும் தன்மை பாசமாக முடியும், வன்முறை இன்பத்திற்கு தாவும். உருமாறும் போது, தேவி உருமாற்றத்தைத் தூண்டுகிறாள். படைப்பவரே அத்துமீறுபவர் ஆகிறார், அத்துமீறுபவரே பாதுகாவலர் ஆகிறார். தீமை செய்பவரும் காப்பவர் ஆகிறார். ஆசை கொள்பவரும் அடக்கத்தை மேற்கொள்கிறார். பாராமுகமாக இருப்பவரும் செயல் உறுகிறார். சில சமயம் ஒருவர் சிவனாக, எது எப்படி உள்ளதோ அதிலேயே திருப்தியுற்றவராக இருக்க முடியும். மற்றும் சில சமயம் ஒருவர் விஷயங்களை நன்றாக தீர்மானமுள்ளவராகவும் மாற்றுவதில் விஷ்ணுவாகவும் ஆகிறார்.

சிவா ஹரனாகவும், விஷ்ணு ஹரியாகவும் அழைக்கப் படுகின்றனர். படம் 5.11 ஹரிஹரனைக் குறிக்கிறது. சிவனும் விஷ்ணுவும் கலந்த வடிவமாக. இவர்கள் வாழ்க்கையைக் காண்பவர்கள். சிவா சாம்பல்பூசி விதி மேற்கொள்பவராகிறார். விஷ்ணு சந்தனம் பூசி ஆசையை ஆதரிப்பவராகிறார். சிவா காட்டுச்செடிகள் அணிகிறார், மிருகத்தோல் போர்த்துள்ளார், விஷ்ணு மலர்கள் அணிகிறார், பொன்னாலும் பட்டாலும் அலங்காரம் பெறுகிறார். சிவன் வடிவம் சமுதாயம் இல்லாமையைக் குறிக்கிறது. அவர் வாழ்க்கையை அப்படியே ஏற்கிறார், அதைக் கட்டுப்படுத்தவோ மாற்றவோ முனைவதில்லை. விஷ்ணு வடிவமோ சமுதாய இருப்பையும் நாகரிகக் கோட்பாட்டையும் கொண்டுள்ளது. அவர் காட்டை வயலாகவும் பூங்காவாகவும் மாற்றுகிறார். நம்மைச் சுற்றியுள்ள உலகமே தேவி - நம்மை ஊக்குவிப்பவள். ஹரியாகவோ ஹரனாகவோ இவள் மீது தான் நாம் எதிர்வினை புரிகிறோம். அவள் நம்மை ஆசைப்பட வைக்கிறாள், விதியையும் செலுத்துகிறாள்.

6
விஷ்ணுவின் ரகசியம்
பற்றற்ற செயல்முறை ஒழுங்கைத் தருகிறது

படம் 6.1
கோமாதா, பூமிப்பசு

இந்து மதத்தில் படம் 6.1ல் காட்டியப்படி, பசு மிகப் புனிதமான மிருகம். ஒரு பசுவைக் கொல்வது என்பது ஒரு இந்து செய்யும் கொடிய பாவம் மற்றும் பசுக்கறி சாப்பிடுவது கூடவே கூடாது. பசுக்கள் சாதுவான பிராணிகள். அவை எதையும் கேட்கவில்லை, ஆனால் மனிதனுக்கு பால் தருகின்றன, இதைப் பயன்படுத்தி தயிர், வெண்ணை, நெய் மற்றும் இனிப்புகள் செய்ய முடிகிறது. அவற்றின் சாணம், வயலுக்கு எருவாகவும், சமையல் எரிபொருளாகவும், தரைமேல் பூச்சாகவும், வீட்டின் சுவர்களுக்கு பூச்சாகவும் பயன்படுகின்றன. அவை இறந்தவுடன், அவற்றின் தோல் தட்டுமுட்டுப் பொருள்கள் செய்யப் பயன்படுகின்றன. அவற்றின் எலும்புகள் பட்டன்கள் மற்றும் சீப்புகள் செய்யப் பயன்படுகின்றன. ஆக, பசு மனிதனின் உணவுத் தேவை, ஆடை, மற்றும் பாதுகாப்புக் கூரை முதலிய எல்லாவற்றையும் திருப்திப்படுத்தும் முக்கிய பங்கு வகிக்கிறது. ஆகவே இயற்கையாகவே பசுக்கள் பொருள் முக்கியத்துவம் வாய்ந்ததாக ஆகிவிட்டன. ஒரு பசுவால் ஒரு குடும்பத்தையே காப்பாற்ற முடியும். ஒரு பசுவின் தானம் ஒரு வாழ்வின் தானம். கோதானம் அல்லது பசு தானம், தானத்துள் மிகச்சிறந்தது. அது எல்லா உலகத் தேவைகளையும் பூர்த்தி செய்கிறது. இந்துக்கள் வானத்தில் வாழும் கடவுள்கள் கூட காமதேனு எனும் தெய்வ சக்தி வாய்ந்த பசுவைக் கொண்டிருப்பதாகவும், அது எந்த கோரிக்கையையும் நிறைவேற்றுவதாகவும் மற்றும் அதன் மூலமும் மற்ற பசுக்கள் வந்ததாகவும் நம்புகின்றனர்.

சிலர் வியக்கின்றனர்; பசு யாருக்குப் பால் சுரக்கிறது - தன் கன்றுக்கா அல்லது மனிதர்களுக்கா? எவ்வளவு பால் மனிதன் எடுத்துக்கொள்ள வேண்டும், எவ்வளவு பாலை கன்றுக்காக விட வேண்டும்? இந்த எல்லா கேள்விகளுமே விரிவடைந்து, கவனத்தை மனிதனுக்கும் பூமிக்கும் உள்ள தொடர்பிற்கு ஈர்க்கின்றன. பூமி எதற்கு இருக்கிறது? எல்லா மிருகங்களுக்குமா அல்லது மனிதர்களுக்கு மட்டுமா? எல்லா ஜீவராசிகளிலும், நாம் மட்டுமே நாம் வாழ வேண்டும் என்பதற்காக உயிர்ப்பொருள் சூழ்நிலையை அழித்துள்ளோம் - காடுகளை நம் தானியங்களுக்காகவும் நம் பசுக்களின் மேய்ச்சல் நிலங்களுக்காகவும் மாற்றினோம், நாம் பண்ணை நிலங்களை நிறுவி, நம் குடியிருப்புகளுக்காக நதிகளின் வழிகளை மாற்றினோம், மலைகளை உடைத்து உலோகங்களையும் ரத்தினங்களையும் தேடினோம், தண்ணீருக்காகப் பூமியைக் குடைந்தோம். இந்த பூமியோ

படம் 6.2
கிருஷ்ணன் பசுவுடன்

எல்லாவற்றையும் பசுவைப் போல் பொறுமையாகத் தாங்கியது. இப்படியாகத் தான் கோமாதா, நிலப்பசு, எல்லா உயிர்களையும் தாங்குபவள் 6.1 படம் வர்ணிப்பது போல் உலக வாழ்வையே தன்னகத்தே கொண்டுள்ளவள் என்ற கொள்கை உதிக்கலாயிற்று.

பாகவத புராணத்தில் பூமி பசு வடிவம் எடுக்கிறது, மனிதன் தன்னை மிக அதிகமாக சுரண்டுவதை உணர்ந்ததும் ஓடி விடுகிறது. விஷ்ணு மனிதனை மன்னிக்குமாறு அவளைக் கெஞ்சுகிறார், அவள் ஒப்புக் கொள்கிறாள், ஆனால், மனிதன் எதிர்காலத்தில் தன்னை மதிப்புடன் மரியாதையுடன் நடத்த வேண்டும் என்ற நிபந்தனையுடன் மன்னிக்கிறாள். விஷ்ணு மனிதன் அவ்வாறே செய்வான் என்று உறுதியளிக்கிறார் மற்றும் பூமிப் பசுவின் காவலனாகப் பங்கேற்கிறார். அவர் கோபாலன் ஆகிறார், அதாவது நிலப்பசுவின் ரட்சகர். ஆகவே விஷ்ணு போற்றிப் பேணிப் பாதுகாப்பவர் எனப்படுகிறார். படம் 6.2ல் உள்ளது போல், விஷ்ணுவும் பால் குடித்து ஆனந்திக்கிறார். இயற்கை மனிதனிடம் வழங்கியுள்ள அபரிமித செல்வத்தை அவரும் கொண்டாடுகிறார்.

இந்த விஷ்ணுவின் கதை மூலம், மனித சமுதாயமே ஒரு செயற்கை அமைப்பு என்று ஏற்கப்படுகிறது, இயற்கையைக் கட்டுப்படுத்துவதன் மூலம் அசாதாரணச் செயலாக மேற்கொள்ளப்படுகிறது. விஷ்ணுவின் கொள்கை இயற்கைக்கும் நாகரிகத்திற்கும் ஒத்திசைவை உறுதி செய்கிறது. சமுதாயம் இயற்கையின் அழிவில் வாழ முடியாது, ஏனெனில் இயற்கை அழிந்தால், எதுவும் மிஞ்சாது. ஆனால் இயற்கையில், வலிமையே ஆள்கிறது, வல்லமையானவர்கள் பலவீனமானவர்களை ஆதிக்கம் செலுத்துகின்றனர் - சமுதாயமும் சமுதாயச் சட்டங்களும் தான் இந்தப் போக்கை மாற்றி, உதவியற்றும் பலவீனமாகவும் உள்ளவருக்கும் இடம் தருகிறது. காட்டுச் சட்டத்திலிருந்து எவ்வளவு தூரம் ஒருவர் விலக முடிகிறதோ அந்த அளவுக்குத் தர்மம் அதிகமாகக் காக்கப்படுகிறது.

இந்தப் பசு என்பது இயற்கை மட்டுமல்ல (வெளிப்புற பொருள் உண்மை); இது மனமும் கூட (உள்புற பொருள் உண்மை). நாம் சிங்கங்களாக நம்மைச் சுற்றியுள்ள உலகத்தை ஆதிக்கம் செலுத்த விரும்புகிறோம். ஆனால் சமுதாயம் நம்மை பசுக்களாக இருக்க கட்டுப்படுத்துகிறது, பால் சுரப்பதன் மூலம் மதிப்பு கூட்டவும், மற்றும் பாலை நம் கன்றுக்கு மட்டுமல்லாமல் மற்றவர்க்கும் கொடுக்கவும்

விஷ்ணுவின் நேர்கோடு செயலையும் வளர்ச்சியையும் குறிக்கிறது. சிவனின் குறுக்குக்கோடு போல அல்லாமல்.

சுரங்கத்தார்க்கும் கொல்லருக்கும் இடமளிக்கும் சமுதாய அமைப்பை, அழகையும் செல்வத்தையும் போற்றும் சமுதாய அமைப்பை விஷ்ணுவின் கிரீடம் குறிக்கிறது.

சங்கு, கடவுள் மனிதனோடு உரையாடும் சம்மதத்தை உணர்த்துகிறது.

கையிலுள்ள சக்கரம் ஒழுங்குமுறை, நேர்த்தி மற்றும் முன் கூட்டியே சொல்லத்தகுந்த தன்மையைக் குறிக்கிறது.

தாமரை உலக வாழ்க்கையின் சந்தோஷங்களைக் குறிக்கிறது.

காட்டு மலர்களால் ஐயப்பட்ட விஷ்ணுவின் மாலை வைஜயந்தி எனப்படுகிறது. ஒவ்வொரு நாளும் அவை வாடி விடுவதால் தினமும் அவை கவனத்தை ஈர்த்து மாற்றப்படுகின்றன. இது தொடர்ச்சியாக வரும் (வாழ்க்கை) பொறுப்புக்களை உணர்த்துகிறது.

விஷ்ணுவின் மலர்மாலை நிறைவேற்றுதலைக் குறிக்கிறது மற்றும் அவ்வப்போது தொடர்ச்சியான புதுப்பிக்கும் முயற்சியைக் குறிக்கிறது. கொட்டைகளால் ஆன சிவனின் மலை சக்தியின் அடையாளத்திலிருந்து இது வேறுபடுகிறது.

விஷ்ணு மஞ்சள் பட்டாடை உடுத்துகிறார், விவசாயிகள் நெசவாளிகளுக்கும் இடம் தரும் ஒரு சமுதாயத்தை உணர்த்துகிறார்.

காட்டு நீதியைப் புறக்கணித்து, தர்மத்தின் நியதிக்கு மனிதன் மரியாதை தரவேண்டுமென்பதை உணர்த்தும் கதை.

படம் 6.3
கிருஷ்ணா, குருவாயூர், கேரளா

செய்கிறது. சமுதாயம் சிவனைப்போல் காளைகள் போல் நாம் இருக்க விரும்புவதில்லை, சமுதாயம் காளையைக் காயடித்து அதைப் பொதிமாடாக மாற்றுகிறது. நம்மை, சமுதாயம் தன் கட்டளைகள் மற்றும் நடைமுறைச் செயல்களாலும், கோரிக்கைகள், கடமைகள் இவற்றால் நிரம்பிப் பாரமாயுள்ள வண்டியை இழுத்துப் போகச் செய்கிறது (நாம் காளைகளிலிருந்து பொதிமாடுகளாக ஆக்கப்படுகிறோம்).

விழிப்பு நிலையில் நாராயணன் விஷ்ணு ஆவார். படம் 6.3 தென்னிந்தியாவிலுள்ள கோயிலின் கடவுள் வடிவம். இதை படம் 4.1 சிவனின் படத்துடன் வேறுபடுத்திப் பார்க்க வேண்டும். சிவன் உறை தண்ணீருடன், பனியுடன் தொடர்புபடுத்தப்படுகிறார். விஷ்ணு எல்லா தண்ணீரும் கலக்கும் பாத்திரமான கடலுடன் சம்பந்தப்படுகிறார். சுருள் மேல் வளைந்து படமெடுக்கும் பாம்பு சிவனின் கழுத்தைச் சுற்றி வருகிறது; விஷ்ணு அதே போல் சுருள் என விரிந்திருக்கும் படம் எடுத்த பாம்பின் மேல் நிற்கிறார். சிவன் கட்டையை எரித்த சாம்பலைப் பூசிக் கொண்டிருக்கிறார்; விஷ்ணு மணம் மிகுந்த சந்தனக்கட்டையைக் கல்மேல் அரைத்த சந்தன விழுது பூசப்பட்டிருக்கிறார். சிவா அணிவது மிருகத்தோல், விஷ்ணு பட்டால் நெய்யப்பட்ட துணி அணிகிறார். சிவா கொட்டைகளின் மாலையை அணிகிறார்; விஷ்ணுவோ மலர்களால் ஆன மாலை அணிந்து ரத்தினங்களாலும் தங்கத்தாலும் அலங்கரிக்கப்படுகிறார். சிவனுடைய தெய்வீக முகக்கோடு குறுக்கே உள்ளது, செயலற்ற தன்மையைக் காட்டுகிறது; விஷ்ணுவின் தெய்வீகக்கோடு நெடுக்கே படர்ந்து, செயலைக் குறிக்கிறது. சிவா கண்மூடி அமர்ந்திருக்கிறார், சாந்த முகத்துடன், விஷ்ணுவின் கண்கள் திறந்துள்ளன, அவர் புன்னைக்கிறார், உலகத்தில் காலடி எடுத்து வைக்கத் தயாராய் இருக்கிறார்.

விஷ்ணு தன் கையில் நான்கு கருவிகள் வைத்துள்ளார். ஒரு சங்கு, தன் இருப்பை அறிவிக்க; சக்கரம், வாழ்க்கை நகர்ந்து கொண்டே இருப்பது மற்றும் போய்க் கொண்டிருப்பது வந்து கொண்டிருக்கும் என நினைவூட்டுகிறது; கதை, இதன் மூலம் தான் நிறுவிய சட்டத்தை மீறுபவர்களை வீழ்த்துகிறார்; தாமரை, இதன் நிறம், மணம், அமிழ்தம் எல்லாமே தர்மத்தைச் சார்ந்திருப்பவர்களுக்கான பரிசு, விஷ்ணுவின் சட்டம் விழுமியங்களில் இருந்து உண்டானது, தர்மம்

அசையாது இருக்கும் சேஷன் மேல் இருப்பது எல்லாம் உலகத்தில் நன்றாக இயங்குகிறது என்று கூறுகிறது.

படம் 6.4
சேஷனின் பாம்புப்படுக்கையில்

கருடன் மேல் சவாரி செய்வது - தர்மம் அச்சுறுத்தப்படுகிறது மற்றும் விஷ்ணு விஷயங்களைச் சரி செய்ய வேண்டும் என உணர்த்துகிறது.

படம் 6.5
கருடனின் இறக்கை மேல்

ஆந்தை அவலட்சுமியைக் குறிக்கிறது, துன்பங்களின் தேவதையைக் குறிக்கிறது.

படம் 6.6
லட்சுமி அவலட்சுமியுடன்

எனப்படுகிறது. தர்மம் என்பது ஒரு நிலையான சமுதாயத்தை உருவாக்குவதாகும். ஒரு பக்கம், அது இயற்கையைக் கட்டுப்படுத்தி, மனிதனுள் இருக்கும் மிருகத்தைப் பழக்குகிறது. மறுபக்கம், அது இயற்கையை அழிக்க விடுவதில்லை, மற்றும் மனிதனுடைய முக்கிய தேவைகளையும் உணர்கிறது.

படம் 6.4 விஷ்ணுவும் லட்சுமியும் சுருள் கொண்ட சேஷன் எனும் பாம்பின் மேல் அமர்ந்துள்ளனர், படம் 6.5ல் விஷ்ணுவும் லட்சுமியும் கருடன் எனும் பருந்தின் மேல் செல்கின்றனர். லட்சுமி செல்வம் மற்றும் சக்தியின் தேவி. அவளே அதிர்ஷ்டத்தின் பாத்திரம். விஷ்ணு அவளிடம் வருவதில்லை, அவள் எப்போதும் விஷ்ணுவிடம் செல்கிறாள். படம் எடுத்த பாம்பு உணர்த்துவது போல அவள் விஷ்ணு அமைதியாக இருக்கும் போதும் உடனிருக்கிறாள், கருடன் மேல் பறந்து செல்லும் போதும் உடனிருக்கிறாள். இன்னொரு வார்த்தையில் சொல்லப் போனால், ஒரு (ஸ்திரமான) நிலையான கட்டுக்கோப்பான சமுதாயம் செல்வத்தைப் படைக்கிறது. விஷ்ணு விவசாயி, லட்சுமி வயல். விஷ்ணு தலைவர், லட்சுமி அவரின் அமைப்பு. ஒருவர் இல்லாமல் மற்றொருவர் இல்லை (ஒன்றில்லாமல் மற்றொன்று இல்லை).

படம் 6.6 இந்தத் தேவியின் காலடியில் ஆந்தையையும் காட்டுகிறது. இந்த ஆந்தை லட்சுமியின் சகோதரி, அலட்சுமி, துன்பங்களின் தேவதை, லட்சுமி கும்பிடப்படும் போது, அவளின் பெரிய சகோதரி அலட்சுமியும் அறியப்படுகிறாள், ஆக சண்டையும் பூசலும் பணத்துடன் வரும் என்பதை நாம் எப்போதும் மறக்க மாட்டோம் - மற்றும் அதற்குத் தயாராய் இருப்போம்.

லட்சுமி விஷ்ணுவைத் தொடர்வதன் காரணம், விஷ்ணு தர்மத்தைக் கட்டமைத்து நிலை நிறுத்துகிறார், காட்டுவிதியை மாற்றுகிறார். காடு என்பதே ஆதிக்கம் செலுத்தும் சட்டம் - வலிமை மூலமோ அல்லது தந்திரத்தின் மூலமோ வாழ்வது. ஆனால் சமுதாயம் என்பதே பாசத்தின் சட்டத்தை அடித்தளமாகக் கொண்டது. அங்கே மக்கள் ஒருவர்க்கொருவர் அக்கறை கொள்கிறார்கள். காட்டில், மிருகங்கள் தங்களைப் பற்றி மட்டுமே, தங்கள் குழந்தைகள் தங்கள் கூட்டங்களைப் பற்றி மட்டுமே நினைக்கின்றன, ஆனால் சமுதாயத்தில், மனிதர்கள் தங்களுக்கு அப்பாலும் சிந்திக்க முடிகிறது, எல்லா மனிதர்களிடமும், மற்றும்

படம் 6.7
விஷ்ணுவின் பத்து அவதாரங்கள்

மிருகங்கள், தாவரங்கள், கனிமங்கள் மீது கூட அக்கறைக் கொள்ள முடிகிறது.

காலப்போக்கில், சமுதாயங்கள் மாறுகின்றன, விழுமியங்கள் மாறுகின்றன, நேர்த்தியில் தொடங்கிய சமுதாயம் நேரற்ற தன்மைக்கு மாறுகிறது, பிறகு வீழ்கிறது, பிறகு மீண்டும் நேர்த்திக்குச் செல்ல உயிர் பெறுகிறது. விஷ்ணு சக்கரம் மாறி மாறி வரும் இயற்கை சுழற்சியை நினைவூட்டுகிறது. சங்கு காலத்தின் விடுதலையைக் குறிக்கிறது. சங்கின் மூலம் பாயும் காற்று சிறிது சிறிதாக வளர்ந்து, சத்தம் எழுப்பி, பிறகு பேரமைதிக்கு திரும்புகிறது. ஆக உலகத்தில் ஒரு தாளகதி உள்ளது.

பொருள் உலகம் மாறுகிறது, ஆனால் விஷ்ணுவுடன், மாற்றம் சக்கரச் சுழற்சியிலும் சீரான தாளகதியிலும், எதிர்பார்க்க கூடியதாகவும் அமைகிறது. இவ்வாறாக விஷ்ணு காலத்தின் மாற்றங்களை நிர்வகிக்கிறார் - அதை நிறுத்துவதில்லை. சிவா தேவியைப் பாராது கண்களை மூடிக் கொண்டிருக்கலாம், ஆனால் விஷ்ணுவின் கண்கள் திறந்தே இருக்கின்றன, அவர் புன்னகைக்கிறார், ஏனெனில் பொருள் உலகத்தின் நடனத்தைப் புரிந்துக் கொள்கிறார், அதனுடன் நர்த்தனமாடுகிறார்.

விஷ்ணுவை மாயக்கடவுள் என்றும் கூறுவர். மாயா என்பது குறிப்பாக 'அளப்பது' எனப் பொருள்படுகிறது. நாம் எப்போதுமே பொருள் உண்மையை மதிப்பிடுகிறோம் மற்றும் நியாயத் தீர்மானங்கள் செய்கிறோம். இது சரியா, தவறா? நல்லதா, கெட்டதா? விலை மிக்கதா, மலிவா? விடை அளவுகோலைச் சார்ந்துள்ளது. எல்லா அளவுகோல்களுக்கும் மூலமானவர் விஷ்ணு - ஆகவே எது அழகு எது இல்லை, எது சரி எது சரியில்லை என்று தீர்மானிக்கிறார். அவர் அளவுகோல்படி எதெல்லாம் உண்மையோ, மங்களகரமானதோ அழகானதோ அவைகளை ஏற்கிறார் - மற்றவை விலக்கப்படுகின்றன. விஷ்ணுவின் அளவுகோல் ஒரே தத்துவத்தில் அமைந்துள்ளது. அன்பு, அக்கறை, ஒருவருக்கொருவர் பாசம். மற்ற வார்த்தைகளில், விஷ்ணு ஆதிக்கமும் அச்சுறுத்தும் சக்தியும் அடிப்படையாக கொண்ட விதியை மாற்றுகிறார். விஷ்ணுவுக்கும் தெரியும் - எல்லா அளவுகோல்களும் மனிதனால் ஆனவை மற்றும் காலத்தால் மாறுபவை என்றும் தெரியும். எனவே எல்லா சட்டங்களும் தளர்த்தக் கூடியவை. அதனால் தான் அவர் புரிந்து வைத்திருக்கிறார் நாகரிகமும் சமுதாயமும் ஒரு

படம் 6.8 மத்ஸ்யா அவதாரம்

படம் 6.9 கூர்மாவதாரம் படம்

6.10 வராக அவதாரம் படம்

6.11 நரசிம்மா அவதாரம் படம்

6.12 வாமன அவதாரம் படம்

விளையாட்டு/லீலை என்று - ஒவ்வொருவரும் சட்டத்தை மதித்து பங்கு பெறுவதில் இன்புற்றால் அது இன்ப விளையாட்டே. வெற்றி மீதான வெறியில் சட்டங்கள் வளைக்கப்பட்டு திருப்பப்பட்டால், விளையாட்டுகள் அசிங்கமாக மாறிவிடும். வெற்றி பெறுவது தான் எல்லாம் என்று வந்துவிட்டால், நாம் பிசாசுகளாக, அரக்கர்களாக, ராட்சதர்களாக, காட்டுவிதியைப் போற்றுகிறோம், விஷ்ணு தர்மத்தைக் கட்டமைக்கிறார், தொடர்கிறார், மற்றும் கூட்டங்களை சரித்திர, பூகோள அவசியங்களுக்கும் தேவைகளுக்கும் தக்கவாறு ஏற்கிறார், இதை பூமியில் இறங்கி வந்து அவதாரமாகச் செய்கிறார். படம் 6.7 எல்லா அவதாரங்களையும் காட்டுகிறது.

படம் 6.8ன் படி, முதல் அவதாரம், ஒரு மீன் அல்லது மச்ச அவதாரம். இதில் மனு - ஆதிமனிதன், சிறிய மீனைப் பெரிய மீனிடமிருந்து காப்பாற்றி, கடலிலிருந்து எடுத்து, தண்ணீர்ப் பானையில் போடுகிறான். இந்த காருண்யச் செயல் சமுதாயத்தைத் தோற்றுவிக்கிறது.

இந்தப் பானை மனித சமூகத்தின் அடையாளம், மற்றும் படம் 6.6ல் உள்ள லட்சுமியின் கரத்தால் காணப்படுகிறது. பிறகு, மீன் வளர்ந்து பெரிதாகிறது, வளர்ந்து கொண்டே இருக்கிறது; மனு பானையிலிருந்து பெரிய பானைக்கும், பிறகு குளத்திற்கும், பிறகு ஏரிக்கும், பிறகு நதிக்கும் பிறகு இறுதியாக கடலுக்கும் இம்மீனை மாற்றுகிறார். இந்த மீன் வளர்ந்து கொண்டே வருகிறது, மழையும் பொழிகிறது, மீன் வளர்வதற்கு உகந்த வகையில் கடலைப் பெரிதாக்குகிறது. ஒரு கட்டத்தில் பூமியே மூழ்கி விடுகிறது. மனு, மீனை ஒரு காலத்தில் காத்தவர், உலகம் அழிந்து கொண்டு இருப்பதைப் பார்க்கிறார். ஏன் இது நடந்து கொண்டிருக்கிறது? ஏனெனில் மீன் வடிவில் வளர்ந்து கொண்டே வந்தது, மனு அதற்கு உதவிக் கொண்டே இருந்தார், ஒரு கட்டத்துடன் நிறுத்திவிட வேண்டும் என்று உணரவில்லை, மீன் தன்னைத்தானே காத்துக் கொள்ளும் சமயம் வந்துவிட்டது என்று அறியவில்லை. ஆக காருண்யம் தொடங்கும் போது நாகரிகம் ஆரம்பிக்கிறது. அபரிமிதமான பரிவும் அன்பும் இருந்தால் நாகரிகம் உருக்குலைந்து விடும், எப்போது நிறுத்த வேண்டும், எப்போது (எல்லைக்) கோடு இட வேண்டும் என்பது தெரியாமல் இருந்தால் நாகரிகம் குலையும். இந்த மீன் மனுவை இறுதியாகக் காப்பாற்றுகிறது, மனித சமுதாயத்தைப் பற்றி இந்த முக்கிய பாடத்தைக் கற்பிக்கிறது.

6.13 பரசுராமர் அவதாரம் படம்

6.14 ராமாவதாரம் படம்

6.15 பலராமர் அவதாரம் படம்

6.16 கிருஷ்ணவதாரம் படம்

6.17. கல்கி அவதாரம் படம்

படம் 6.9ன் படி விஷ்ணு, பிறகு கூர்மா அல்லது ஆமை வடிவம் எடுக்கிறார். தன் முதுகில் ஒரு மத்தை வைத்திருக்கிறார், தேவர்களும் அசுரர்களும் பாற்கடலைக் கடைந்து, லட்சுமியைப் பெறுகிறார்கள். விஷ்ணு ஒரு மயக்கும் பெண் மோகினியாக வடிவம் எடுத்து, அசுரர்களை மயக்கி, அவர்கள் கவனத்தைச் சிதற அடிக்கிறாள். ஆக பாற்கடலில் தோன்றும் எல்லா செல்வங்களும் தேவர்களுக்கே போய்ச் சேர்கின்றன. கொதிப்படைந்த அசுரர்கள் தேவர்களின் ஜென்மப் பகைவர்கள் ஆகிறார்கள். அவர்கள் பூமியை இழுத்து கடலுக்கடியில் தள்ளுகிறார்கள், இதை விஷ்ணு பன்றி வடிவமாக - வராக அவதாரத்தால் - படம் 6.10ல் காட்டியபடி மீட்கிறார்.

பாற்கடலிலிருந்து பெற்ற சாஸ்வதம் தரும் அமிர்தத்துடன் தேவர்கள் அழியா சிரஞ்சீவி நிலை அடைகிறார்கள். அசுரர்கள் அமுதத்திற்கு ஏங்குகிறார்கள். அவர்கள் படைப்பவரான பிரம்மனிடமிருந்து பல்வேறு வரங்களைக் கோருகிறார்கள், ஆனால் ஒவ்வொரு சமயமும் விஷ்ணு அவர்களின் முயற்சிகளை முறியடிக்கிறார். 6.11ன் படம் காட்டுவது போல், விஷ்ணு ஒரு அசுரனைக் கொல்கிறார். இந்த அசுரன் தன்னை, மனிதனாலோ மிருகத்தாலோ கொல்லமுடியாத வரம் கேட்கிறான். விஷ்ணு அவன் கருதியே பார்த்திராத வடிவப் பிராணியாக வந்து தாக்குகிறார். மனிதனுல்லாமல், மிருகமுமல்லாமல், அல்லது ஒருவேளை மனிதனும் மிருகமுமாக வந்து தாக்குகிறார். இது அத்தியாயம் 2ல் (நாராயணன் ரகசியம்) விளக்கப்பட்டுள்ளது - படம் 2.8 மற்றும் 2.9ல் உக்கிரமான மற்றும் சாந்தமான நரசிம்ம உருவங்கள் விளக்கப்பட்டுள்ளன.

பூமிக்கடியில் உள்ள அசுரர்கள் சஞ்சீவினி வித்தையை சிவனிடமிருந்து பெறுகிறார்கள், இவ்வித்தை இறந்தவர்களை எழுப்பச் செய்கிறது. இச்செயல், அமிர்தத்தினால் சாஸ்வதம் (அழியாவரம்) பெற்ற தேவர்களுக்கு இணையாக அசுரர்களை வைத்து விடுகிறது. விஷ்ணு, வாமனன் எனும் பிராமண சிறுவனாக, படம் 6.12ல் உள்ளபடி, வடிவெடுத்து வந்து, பூமிக்கு அடியில் அசுரர்களை அமிழ்த்தி, பூமியையும் ஆகாயத்தையும் தேவர்களுக்கு பெற்றுத் தருகிறார். ஆகவே இருசாராரும் சமபலம் உள்ளவராய் இருந்தாலும் விஷ்ணு இவர்களுக்கு வெவ்வேறு ஆதிக்க இடங்களைத் தருகிறார். அசுரர்கள் பூமிக்கடியில் இருந்து கொண்டு பூமியின்

படம் 6.18
ராமனின் அரசவை

வளத்தை - செடி கொடிகள், கனிமவளங்கள் மூலமாக செல்வத்தை மறு உற்பத்தி செய்கிறார்கள் - மேலிருக்கும் தேவர்களோ கனிம வளங்களை மேற்கொணர்ந்து, பயிர் பச்சைகளை வளர வைத்து மனித இனத்திற்கு அனுகூலம் தருகிறார்கள். இவ்வாறாக இவர்களின் போராட்டமே செல்வத்தைப் படைக்கிறது. இப்பிரபஞ்சத்தின் சக்தி மற்றும் எதிர்சக்தியாக தேவர்களும் அசுரர்களும் இருக்கிறார்கள், விஷ்ணுவின் உதவியால் (காரியத்தால்) உலகத்தைச் சுழல வைத்துக் கொண்டும் கடைந்து கொண்டும் இருக்கிறார்கள். ஆகவே, இறுக்கமும், அதிகார அடுக்குகளும் நாகரிகம் என்ற அமைப்பின் முக்கிய கூறுகள், இவைகளை தர்மத்தின் மூலம் நிலை நிறுத்துகிறார் விஷ்ணு.

படம் 6.13ல் விஷ்ணு வடிவத்தை விட்டு விட்டு, கோடாரியை எடுத்துக் கொண்டு போர் வீரர் ஆகிறார், சமுதாயத்திற்குத் தொண்டு செய்யாமல் தத்தம் பதவியை சமுதாயத்தைச் சுரண்டவே பயன்படுத்தும் அரசர்களை வீழ்த்துகிறார். இதுதான் பரசுராமர், கோடாலி வைத்திருக்கும் ராமர், பூமியிலுள்ள அரசர்கள் தம் ஆதிக்கத்தை பூமியின் செல்வங்களைக் கொள்ளையடிக்கப் பயன்படுத்தும் போது அவர்களுக்கு எதிரில் எழுந்தார். பரசுராமர் தன் அப்பாவின் பசுவைத் திருடிய அரசனைக் கொல்கிறார். அவர் தம் அம்மாவைக்கூடக் கொல்கிறார், ஏனெனில் அவள் அவர் அப்பாவைத் தவிர இன்னொருவரிடம் ஈர்க்கப்பட்டதால். இந்தக் கதை, காம இச்சை மற்றும் பொருள் இச்சையின் அபாயங்களை நமக்கு அறிமுகப்படுத்துகிறது. திருமணச் சட்டங்களாலும் சொத்துரிமைச் சட்டங்களாலும் இவை கட்டுக்குள் வராவிட்டால், தடுக்கப்படாவிட்டால், இவ்விரண்டு இச்சைகளும் மனித நாகரிகத்தையே அழித்து விடும்.

படம் 6.14 விஷ்ணுவை நமக்கு ராமனாக, லட்சிய அரசனாக, தர்மத்தைக் காக்கத் தன் சொந்த இன்பங்களைத் துறந்தவனாக அறிமுகப்படுத்துகிறது. படம் 6.15 மற்றும் 6.16 இரண்டு சகோதர்கள் பற்றியவை, விஷ்ணுவை பலராமனாகவும் விஷ்ணுவை கிருஷ்ணனாகவும் காட்டுகிறது. முதலாமவர் உலகத்தினின்று விலகி, எல்லா சட்டங்களையும் துறக்கிறார். இரண்டாமவர் உலகத்தில் பங்கு கொண்டு சட்டங்களை வளைத்துக் கொண்டு இருக்கிறார். பலராமன் பல விளம்பரக் கலைகளில் அடிக்கடி புத்தருடன் சமமாகச் சித்தரிக்கப்படுகிறார் - சிவனைப் போலவே, அவர்கள் சன்னியாசிகளின்

படம் 6.19
சீதையின் அபகரிப்பு

கொள்கையைப் பின்பற்றுகின்றார்; சமுதாயத்திலிருந்து விலகி இருக்கின்றனர் ஏனெனில் - ஒன்று அவர்கள் சட்டங்களின் கோரப்பிடிகளில் சலிப்புற்றவர்களாய் இருக்கின்றனர் அல்லது சச்சரவும் துன்பமும் தரும் சட்டங்களின் செயற்கைத் தன்மையை உணர்ந்துள்ளனர். இதற்கு மாறாக, ராமனும் கிருஷ்ணனும் உலகத்தோடு இயக்கம் கொண்டிருக்கின்றனர், ராமன் விதிகளைக் கடைப்பிடித்தும், கிருஷ்ணன் விதிகளை மாற்றியும், இரண்டு பேருமே தர்மத்திற்காகக் கிரியை புரிகின்றனர். படம் 6.17 கல்கியை நமக்கு அறிமுகப்படுத்துகிறது. (விஷ்ணுவின் கடைசி) அவதாரமான இவர் குதிரை மீது சவாரி செய்கிறார், சக்தியை சுழற்றுகிறார், காட்டிலிருந்து வித்தியாசப்படாத முழு மோசமாகிப் போன சமுதாயத்தை அழிப்பார், ஆக அவதாரங்களின் சுழற்சி மறுபடியும் 6.8 படத்திலுள்ள மீனிலிருந்து தொடங்குகிறது.

எல்லா அவதாரங்களுள்ளும் 6.18 படத்திலுள்ள ராமர் மிகவும் மதிக்கப்படுகிறார், ஒரு அரசராக வழிபட வேண்டிய கடவுளின் ஒரே வடிவம். சமுதாயத்தில் அரசு அல்லது தலைமை என்பதே மிகவும் கடினமான ஒரு பணி. அரசன் தான் இயற்கையிலிருந்து நாகரிகத்திற்கு அழைத்துச் செல்கிறார், காட்டு நீதியிலிருந்து நாகரிகக் கோட்பாட்டிற்கு அழைத்துச் செல்கிறார், மச்ச நியாயத்திலிருந்து (மீன்களின் சட்டம்) தர்மத்திற்கு (மனித விதி) இட்டுச் செல்கிறார். அவர் தான் மனித சமுதாயத்தின் சரியான நடத்தைக்குள்ள அளவுகோலைத் தீர்மானிக்கிறார். அவர் மட்டுமே யார் சரி, யார் தவறு, யார் நல்லவர், யார் கெட்டவர், யார் வாழ வேண்டும், யார் இறக்க வேண்டும் என்று தீர்மானிக்கும் அதிகாரம் உள்ளவராகிறார்.

தேவி அவர் மடியில் அடக்கமான மனைவியாக அமர்ந்திருக்கிறாள். அவர் கரங்களில் அவள் பாதுகாப்பாகவும் சௌகரியமாகவும் இருக்கிறாள். குரங்கு அனுமான் அவர் காலடியில் இருக்கிறார், அவர் சக்தி அல்லது தந்திரம் இவற்றின் மூலம் மேலாதிக்கம் செலுத்தும் எல்லா விலங்கு இயற்கைகளையும் கட்டுப்படுத்துகிறார் என்பதை உணர வைக்கிறார். ராமன் கடவுளின் பல வடிவங்களாலும் ஆசிகள் பெறுகிறார். அவரைச் சுற்றிலும் பணிவிடை செய்யும் சகோதரர்கள் உள்ளனர்.

ராமாயண காவியத்தில் கூறியுள்ள ராமனின் கதை அக்கறையுள்ள சமுதாயத்தைப் படைக்க பணி செய்யும் சகோதரர்களுடைய கதையாகும். இந்த சமுதாயம்

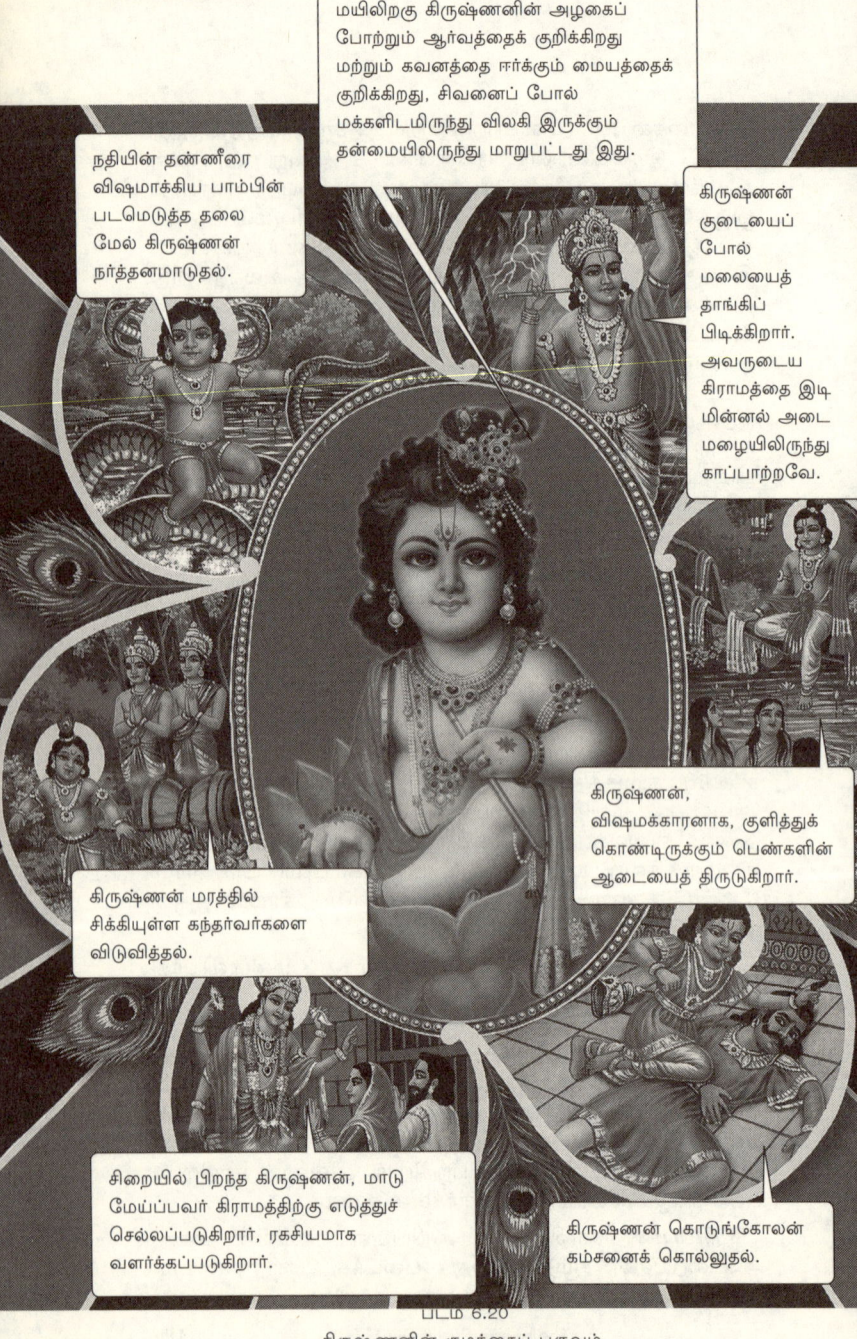

படம் 6.20
கிருஷ்ணனின் குழந்தைப் பருவம்

சீர்குலைகிறது, ராமனின் பேராசைப் பிடித்த சிற்றன்னை ராமனின் அப்பாவிடம் ராமன் பதினான்கு வருடங்கள் வனவாசம் செய்ய வேண்டும் என்றும் தன்னுடைய பிள்ளையை (பரதனை) அரசனாக்க வேண்டும் என்றும் கோருகிறாள். தந்தையின் விருப்பத்திற்கிணங்க ராமன் கானகம் செல்கிறார், ஆனால் ராமனின் சகோதரன், தன் அம்மாவின் விருப்பத்தை நிராகரிக்கிறார், தந்திரத்தால் பெற்ற அரியணையை ஏற்க மறுக்கிறார். தன்னுடைய பெரியண்ணன் திரும்பி வந்து, தனக்குரிய அரசப் பதவியை ஏற்கும் வரை காத்திருக்கிறார்.

காட்டில் ராமருடைய மனைவி சீதா, ராவணன் என்கிற ராட்சதனால் கடத்தப்படுகிறாள். (படம் 6.19) இந்த ராவணன் தன் சகோதரனான யட்சர்களின் அரசன் குபேரனை விரட்டி விட்டு இலங்கைத் தீவுக்கு அரசன் ஆனான். ராவணன், பிராமணனைப் போல் வளர்க்கப்பட்டாலும், விலங்கு போல் நடந்து கொள்கிறான் - மற்றவர் சொத்தைப் பிடுங்குதல் மற்றும் மற்றவர் மனைவியை அபகரித்தல். ராவணன் அதிகாரத்தில் நம்பிக்கை உள்ளவன், நீதியில் அல்ல. ராமன் இதற்கு நேர் மாறானவர். அவர் சீதையை மீட்கிறார் - விலங்குகள் படையுடன் (குரங்குகள், கரடிகள், கழுகுகள்). இவ்விலங்குகள் அவருடன் சம்பந்தப்பட்டதுமே மனிதர்களைக் காட்டிலும் நற்குணம் உடையவராகின்றன. அவைகள் ராமனுக்காகப் போர் செய்கின்றன, தங்கள் காரணம் இல்லாத ஒன்றிற்காக, விரும்பினால், இத்தகைய பொதுவாக மனிதர்கள் மட்டுமே வெளிப்படுத்த முடியும்.

ராவணன் போன்றவர்கள் நாகரிக ஒழுங்கு சட்டத்தில் சிறிதும் நம்பிக்கை கொள்ளாமல் இருந்த மிக முந்தைய காலகட்டத்தில் ராமன் பிறக்கிறார். இதற்கு மிகப்பிந்தைய காலகட்டத்தில் கிருஷ்ணன் பிறக்கிறார். கம்சன் துரியோதனன் போன்ற மனிதர்கள் நாகரிகக் கோட்பாட்டைத் திரித்து விடுகின்றனர். இதனால் நீதி என்பது வரிவடிவில் மட்டும் உள்ளது, செயல் முறையில் (உணர்வில்) இல்லை. படம் 6.20, கிருஷ்ணனாக விஷ்ணு பூமியில் நடந்த போது, அவர் வாழ்க்கையின் வெவ்வேறு நிகழ்வுகளைக் காட்டுகிறது. இந்தக் கதைகள் யாவுமே *'பாகவத புராணம்'* என்ற தொகுப்பின் பகுதிகள் ஆகின்றன. மனித உணர்ச்சிகளிலேயே பேரின்பம் தரும் உணர்ச்சிகளை விவரிக்கின்றன மற்றும் அதீத பக்திக் கொள்கையை நமக்கு அறிமுகம் ஆக்குகின்றன. ராமன் சட்டத்திற்கும் ஒழுங்கு நடத்தைக்கும் கர்த்தாவானால், கிருஷ்ணன் அன்பையும்

படம் 6.21
கிருஷ்ணனும் ராதையும்

பாசத்தையும் காட்டுகிறார். ராமன் ஒழுங்குமுறையையும் தலைமையையும் முனைப்பாகச் சொல்கையில், கிருஷ்ணன் பாசத்தையும் இதயத்தையும் மேலாகச் சொல்கிறார்.

ராமன் அரசன், கிருஷ்ணன் அரசன் அல்ல, தாய்மாமனின் கொடுமையிலிருந்து காப்பாற்றுவதற்காக, குழந்தையாய் இருக்கும் கிருஷ்ணன் மாடு மேய்ப்பவர் கிராமத்திற்கு எடுத்துச் செல்லப்பட்டு மாடு மேய்ப்பவராகவே வளர்க்கப்படுகிறார். படம் 6.20 கிருஷ்ணனை தவழும் குழந்தையயாக யசோதையுடன் காட்டுகிறது. யசோதை கிருஷ்ணனின் வளர்ப்பு அன்னை தான், பெற்ற தாய் அல்ல, ஆனால் அவர்களுக்கிடையே உள்ள அன்பு அதனால் மாறுவதில்லை. ஆகவே பந்தம் என்பது ரத்தபாசத்தால் மட்டும் உருவாக்கப்படுவதில்லை. இந்தப் படத்தை இருவழிகளில் நோக்கலாம். குழந்தை அம்மாவை அணுகுவது போல் மனிதன் எவ்வாறு பூமியை அணுக வேண்டும் என்பதைக் காட்டுகிறது. அம்மா குழந்தையிடம் நடந்து கொள்வது போல் எப்படி மனிதன் தன் ஆத்மாவை அணுக வேண்டும் என்றும் காட்டுகிறது. இவ்வாறாக, பொருளையும் ஆன்மீக உண்மையையும் இணைக்கும் உணர்ச்சியின் மாபெரும் பாதை உண்டாக்கப்படுகிறது.

படம் 6.21ல், ஆன்மா காதலியாக, மனது எனும் காதலரால் போற்றப்படுவதாகக் காணப்படுகிறது. இந்தப்படம் இந்து உண்மைக் கோட்பாட்டுத் துறையிலுள்ள பெரிய வித்தியாசத்தைக் காட்டுகிறது. அது கிருஷ்ணன், ராதா என்னும் பால்காரப் பெண்ணுடன் - காதலியுடன் காட்டுகிறது. 'ராதா' எனும் கொள்கையே ஜெயதேவர் என்ற சமஸ்கிருத கவி எழுதிய பிரபலமான கீதகோவிந்தத்தில் தோற்றுவிக்கப்பட்டதே - பன்னிரெண்டாம் நூற்றாண்டில் எழுதப்பட்ட இது கிருஷ்ணனும் அவன் காதலியும் கொண்ட சரசக் களியாட்டங்களை நெருக்கமாக வர்ணிக்கிறது. இந்தக் காவியத்திற்கு முன், கிருஷ்ணன் நிறைய பால்காரிகளுடன் சம்பந்தப்படுத்தப்பட்டிருக்கிறார், யாரிடமும் குறிப்பாக அல்ல. ராதையைக் கிருஷ்ணனின் புராண வட்டத்தில் நுழைப்பதன் மூலம், இந்திய ரிஷிகளும் தெய்வீகத்தை ஒரு விதமான புரிதலுடன் வெளிப்படுத்தினார்கள், சிலர் இதை ஒப்புக் கொண்டனர், மற்றவர்கள் ஒப்புக் கொள்ளவில்லை.

வேதங்கள் தெய்வத்தின் விசித்திரங்களை வெளிப்படுத்திய போது, அறிஞர்கள் இதை வேதாந்தம், வேத அறிவின் முகடு என்றனர். சிலருக்கு, எல்லா மனிதர்களும் தம்முள் தெய்வத்தை உணர முடியும் என

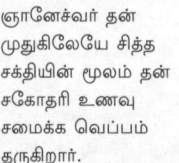

ஞானேச்வர், தன் சித்த சக்திகளால் ஒரு சுவரின் மீதமர்ந்து அதை நகரவைத்து, புலியின் மேல் அமர்ந்து வருகை தர வந்த தாந்த்ரீக யோகியின் முன் தோன்றுகிறார்.

காதிலணிந்த மகர குண்டலங்கள் எப்போதும் அசைவை உணர்த்துகின்றன.

ஞானேச்வர் தன் முதுகிலேயே சித்த சக்தியின் மூலம் தன் சகோதரி உணவு சமைக்க வெப்பம் தருகிறார்.

ஞானேச்வர், தன் சித்திகளால் ஒரு எருமையை சாஸ்திரங்கள் ஓதச் செய்கிறார்.

கிருஷ்ணனின் ராணி ருக்மணி, த்வாரகையில் கிருஷ்ணனுடன் வசித்தவர்.

கிருஷ்ணன் விட்டல பாண்டுரங்கனாக இரண்டு கைகளையும் இடுப்பில் வைத்துள்ளார். தன் பக்தர்கள் தத்தம் உலகக்கடமைகளை முடிக்கும் வரை காத்துக் கொண்டிருக்கிறார்.

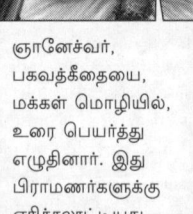

ஆண்டு ஷேத்ராடனம் (புனித தலம் தரிசிப்பு) - பண்டரிபுரத்தில், விட்டல பாண்டுரங்கன் கோயில் கொண்ட இடத்தில்.

ஞானேச்வர், பகவத்கீதையை, மக்கள் மொழியில், உரை பெயர்த்து எழுதினார். இது பிராமணர்களுக்கு எரிச்சலூட்டியது.

ஞானேச்வரரும் உடன் பிறந்தவர்களும் ஜாதிப்பிராஷ்டம் (சமூக விலக்கு) செய்யப்படுகின்றனர். காரணம் சன்னியாச தீட்சை பெற்றுவிட்டு, மறுபடி குடும்ப வாழ்க்கையில் ஈடுபட்ட மனிதனின் குழந்தைகள் இவர்கள் என்பதே.

படம் 6.22
ஞானேச்வர், விட்டல பாண்டுரங்க மகான்

வேதாந்தம் உணர்த்தியது மற்றும் பாரபட்ச மாசுமருவு இல்லா முழுமையான, நேர்த்தியான ஆன்ம விழிப்புணர்வு எய்தியதும் ஆனந்தம் வருகிறது. இந்த கடவுளுடன் ஒன்றுணர்தல் அத்வைதம் எனப்படுகிறது. சிலருக்கு, வேதாந்தம் கடவுளும் மனிதனும் வேறு வேறு, எல்லாம் வல்ல சர்வசக்தியைச் சரணடையும் போது ஆனந்தம் வருகிறது என்று சொல்கிறது. இதுவே துவைதம் அல்லது இரட்டை எனப்படுகிறது. அத்வைதம் மரபுகளின் படி, பால்காரப் பெண்கள் மேன்மையான மாட்டிடையன் கிருஷ்ணனுடன் தாங்கள் ஒன்றுதான் என உணர்வதில்லை. ஆகவே மெய்யுணர்வு தாக்கி, வேறுபாடுகள் யாவும் சிதையுமட்டும், அவனைச் சுற்றி ஆடிக்கொண்டே இருக்கிறார்கள்.

துவைத மரபுகளில், பக்தர்கள் கிருஷ்ணன், ராதை இவர்களின் சேவகர்கள், கிருஷ்ணனும் ராதையும் - புருஷன் ப்ரக்ருதியாக - தெய்வீக தம்பதியினர், ஒருவரையொருவர் பிரியாத் தம்பதியினர். அத்வைத மரபுகளில் கிருஷ்ணன் இறுதியாக மறைகிறான். அவன் குழல் சத்தம் மட்டுமே கேட்கிறது. இது உருவமுள்ள கடவுள் கரைந்து போவதையும் உருவமற்ற கடவுள் வெளிப்படுவதையும் கூறுகிறது. துவைத மரபுகளில், கிருஷ்ணனும் ராதையும், கோலோகம் எனும் மரநிழலில், உச்சகட்ட மேலுலகில், சாஸ்வதமாகவே வாழ்கிறார்கள்.எல்லா பக்தர்களும் இந்த பேரானந்த சொர்க்கத்தை அடைந்து, தெய்வீக தம்பதிகளுக்குச் சேவை செய்ய விழைகின்றனர்.

சாஸ்திர நூல்களின்படி, கிருஷ்ணன் இடையர்கள் கிராமத்தில் தங்குவதில்லை. இறுதியாக, ராதாவிடம் பிரியாவிடை பெறுவதாகிறது, ஆனந்தத் தோட்டமான மதுவனத்தை விட்டு, மதுராவிற்கு, தன் அப்பாவின் நகரத்திற்கு வந்து, நகரத்தையே அச்சுறுத்திக் கொண்டிருந்த தன் கொடுங்கோலத் தாய்மாமன் கம்சனை அழிக்க நேருகிறது. கம்சனின் மாமனார் ஜராசந்தன், பழிக்குப்பழியாக, மதுராவைக் கொளுத்தி விடுகிறான். கிருஷ்ணனும் மதுரா நகர மக்களான யாதவர்களும் வெளிச்சென்று வெகுதொலைவில் துவாரகைத் தீவில் புதிய வீடமைத்து வாழ்கிறார்கள். கிருஷ்ணன் பல பெண்களை, பெரும்பாலும் இளவரசிகளை, மணக்கிறார். இதில் ஒருவர் தான் ருக்மணி படம் 6.22ல் அவர் அருகில் இருப்பவர்.

- ரேவனா நாதர்
- நாகேஷ் நாதர்
- பரத் நாதர்
- கஹிநாதர்
- சர்பாதிநாதர்
- களீப்நாதர்
- ஜலீந்த்ரநாதர்

மத்ஸ்யேந்திர நாதர், மீன் வடிவில், சிவனுக்கும் சக்திக்கும் இடையிலான (சம்பாஷனையை) உரையைக் கேட்டவர்.

கோரக் நாதர், மாயவலைப் பின்னும் பெண்கள் நாட்டிலிருந்து, தன் ஆசான் மத்ஸ்யேந்திர நாதரை மீட்டவர்.

படம் 6.23
நவ நாதர்கள், ஒன்பது ஆசான்கள்

தத்தாத்ரேயர் பொருள் உண்மையை விட நாட்டமுள்ள ஆன்ம உண்மையில் சன்னியாசி என ஆலமரம் உணர்த்துகிறது.

தத்தாத்ரேயரின் சந்திரன் சிவனுடன் அவரைத் தொடர்புப்படுத்துகிறது.

தத்தாத்ரேயரின் சக்ரம் விஷ்ணுவின் தொடர்பைக் காட்டுகிறது.

சிலர் தத்தாத்ரேயர் வேதப் பசுவுடன் தொடர்புடையவள் என்கின்றனர், மற்றவர்கள் அது தந்த்ரீகக் காளை என்கின்றனர்.

நாய்கள் சாஸ்த்ரீய இந்துத்துவத்தில் அமங்கலமாகக் கருதப்படுகிறது, ஆனால் தாந்த்ரீக சன்னியாசிகளால் புனிதமாகக் கருதப்படுகிறது.

தத்தாத்ரேயருடைய கமண்டலப் பானை அவரை பிரம்மனோடு தொடர்புப்படுத்துகிறது.

நான்கு நாய்களும் நான்கு வேதங்களைக் குறிக்கிறது.

படம் 6.24
தத்தாத்ரேயா, ஆதிநாதர், ஆதி ஆசான்

6.21 படத்தில் வரும் கிருஷ்ணன் ராதை உருவம் 6.22 படத்தில் வரும் ருக்மணி உருவத்துடன் மிகவும் மாறுபட்டது. முன் உருவம் ஒரு காதலர், பின்னுருவம் கணவர். முன்னவர் குழல் ஊதுகிறார், பின்னவர் சங்கு ஊதுகிறார். முன்னவர் கிராமத்தில் மாடு மேய்க்கிறார், இசைக்கிறார், பால்காரிகளுடன் நடனமாடுகிறார்; பின்னவர் நகரத்தில் ஒரு தந்தை மற்றும் அரசியல் வல்லுநரின் பொறுப்புகளைச் சுமக்கிறார். முன்னவர் கிருஷ்ணனின் சரிதம் *பாகவத புராணத்தில்* உள்ளது, இதன் கொள்கை அன்பு, பின்னவர் கிருஷ்ணனின் சரிதம் *மகாபாரதத்தில்* உள்ளது. இதன் சாரம் அதிகாரம்.

படம் 6.22 ஐச் சுற்றி, ஞானேச்வர் கதையைச் சொல்கிறது. இவர் மகாராஷ்டிராவின் மகான், இங்கு கிருஷ்ணனின் உருவம் (இப்பிராந்தியங்களில் பாண்டுரங்கா எனப்படுகிறது) ருக்மணியின் (பிராந்திய ரகுமாயி) உருவத்தோடு வழிப்படப்படுகிறது. ஞானேச்வரின் அப்பா சன்னியாசியானார், ஆனால் அவருடைய ஆன்மீக குரு அவரை உலகக் கடமைகளிலிருந்து இப்படி வெளிவரக் கூடாது எனக் கட்டளையிடுகிறார், ஆகவே மனைவியிடம் வந்தார். சன்னியாச தீட்சை பெற்றுவிட்டு சம்சாரியின் வழிக்குத் திரும்பியதால், ஞானேச்வரின் அப்பாவை கிராமத்துப் பெரியோர்கள் வசை மொழிந்தனர், அவர் அவர் மனைவி மற்றும் நான்கு குழந்தைகளையும் சமூகத்திலிருந்து விலக்கி வைத்தனர். நிறைய வேண்டுகோளுக்குப் பிறகு குழந்தைகள் கிராமம் திரும்ப அனுமதிக்கப்பட்டனர், ஆனால் பெற்றோர்கள் தங்களின் அத்துமீறிய (மரபு மீறிய) செயலுக்காகத் தங்களை மன்னிப்பு கேட்டு, மாய்த்துக் கொள்ள வேண்டும் என்று நிபந்தனை இட்டனர். தங்கள் குழந்தைகளுக்காக, ஞானேச்வரின் பெற்றோர்கள் தங்களை மாய்த்துக் கொண்டனர், அப்படியும் அநாதையாக்கப்பட்ட குழந்தைகளை கிராமத்தில் சேர்க்கவில்லை. ஒதுக்கப் பட்டவர்களாக, அநாதைக் குழந்தைகள் தங்களைத் தாங்களே பார்த்துக்கொள்ள வேண்டியதாயிற்று. அவர்கள் சன்னியாசிகளுடன் வாழ்ந்தனர், இந்தத் தொடர்பே ஞானேச்வரரை மிகப்பெரிய மகான் ஆக்கியது. அவர் ஒரு சித்தரானார், புலன்களை முழுதும் அடக்கிய சித்தரானார், அற்புத சித்திகள் பெற்றார் - போதுமான வெப்பத்தைத் தன் உடல் மீது ஏற்றி, தன் தங்கை உணவு சமைக்க உதவினார், எருமையை வேதம் ஓதச் செய்தார்; புலி மீது சவாரி செய்து

படம் 6.25
அர்ச்சுனன் கிருஷ்ணன் கீதையைப் பாடக் கேட்டல்

- தேர் மனதைக் குறிக்கிறது.
- கிருஷ்ணன் நமது அறிவைக் குறிக்கிறார்.
- குதிரைகள் நம் புலன் உணர்வுகளை குறிக்கின்றன.
- அர்ச்சுனன் ஆணவத்தால் தாக்கப்பட்ட நமது மனதைக் குறிக்கிறான்.
- கிருஷ்ணன் பின்னிருக்கும் சேனை, தர்மத்தைப் பின்பற்றும் பாண்டவர்களுடையது.

படம் 6.26
அர்ச்சுனன் கிருஷ்ணனுடன் தேரில், போர் புரியச் செல்லல்

- அர்ச்சுனனின் வில் காண்டீபம்.
- கிருஷ்ணன் தேரோட்டியாகப் பார்க்கப்படுகிறார். அது தாழ்நிலையைக் குறிக்கிறது. சமுதாய அந்தஸ்தைப் பற்றி தெய்வீகம் அக்கறையுறுவதில்லை என்பதன் விளக்கம் இது.
- கிருஷ்ணனின் சங்கு பாஞ்சஜன்யம் எனப்படுகிறது.

தன்னைக் காண வந்த இன்னொரு சித்தரைத் தரிசிக்க சுவர் ஏறி சுவரைப் பறக்கச் செய்தார்.

சித்தர்கள் நாதர்கள் அல்லது ஆசான்கள் எனப்பட்டனர். இவர்கள் மந்திரக்கலைகளில் சித்து புரிவதில் வல்லுநராய் இருந்தனர், கிராமப்புறம் சென்று திரிந்து அற்புதங்களை இவர்களால் புரிய முடிந்தது. அவர்கள் சமுதாயத்தில் அங்கத்தினராவது மிகக் குறைவு. இவர்கள் சன்னியாசியாக இருந்தனர் - முனிவர்கள் மட்டும் அல்ல மந்திரவாதிகளாகவும் இருந்தனர், அவர்களின் சக்திகளுக்காக மக்கள் அவர்களுக்கு பயங்கலந்த மரியாதையும் செலுத்தினர்.

படம் 6.23 நமக்கு ஒன்பது பெரிய சித்தர்களை நவநாதர்களை அறிமுகப்படுத்துகிறது. ஞானேச்வரர் மற்றும் அவர் சகோதரரை இவர்கள் மிகவும் கவர்ந்துள்ளனர். இந்த நவநாதர்களும் ஆதி - நாதரை படம் 6.24, - ஆதி ஆசானை, சிவனும் விஷ்ணுவுமாக அறியப்பட்டவரை வணங்கி வந்தனர்.

சிவனும் விஷ்ணுவும் எதிர் எதிர் கொள்கைகள் உடையவர்கள். சிவன் வாழ்க்கைக்கு தாந்த்ரீக முறையைக் குறிக்கிறார், விஷ்ணு வேதமுறையைக் குறிக்கிறார். சிவன் பொருள் உண்மையை சக்தி அல்லது அதிகாரமாக நடத்துகிறார், பிரம்மச்சரியம் மற்றும் புலனடக்கத்தால் - கலைப் படைப்பாற்றல் மற்றும் உணர்வைக் கையாள்வதன் மூலம் - சக்தியை தன் விருப்பப்படி மாற்றச் செய்கிறார். விஷ்ணு பொருள் உண்மையைத் தழுவுகிறார். இதை சோதனையாகவும் மாயையாகவும் அறிந்து கொண்டு, அவர் மனத்தைச் சன்யாசக் கட்டுப்பாட்டில் வைக்கிறார், ஆகவே மனம் இதனால் அலைபாய்வதில்லை. வேதக் கொள்கைகள் போலல்லாமல் தாந்த்ரீகக் கொள்கைகள் தார்மீகக் கோட்பாட்டை மறுக்கின்றன. தாந்த்ரீகக் கொள்கைகள் பொதுவான பலராலும் பின்பற்றும் முறையை சார்ந்ததல்ல சமுதாயக் கட்டுத்திட்டங்களை மறுக்கும் சன்னியாசி களால், ஆண் பெண்களால் அவை ஏற்கப்படுகின்றன. விஷ்ணுவின் கொள்கைகள் மிக சமூகம் சார்ந்ததாக, சராசரி சம்சாரிகளுக்குப் பொருத்தமுள்ளதாக, சமுதாயத்தின் பெரும் பங்கு உள்ளவர்களால் ஏற்கப்படுகிறது. தாந்த்ரீகக் கொள்கையோ மிக்க ஆழ்ந்த புலன் உணர்வு ஈடுபாட்டுடன் சம்பந்தப்படுகிறது. அடர்த்தியான நிறங்கள், கஞ்சாப் பொருட்கள், மாமிசம் மற்றும் பால் உறவு

படம் 6.27
விஷ்ணு - கிருஷ்ணர் ஆயுதங்களுடன்

முதலியவைகளுடன். வேதக் கொள்கைகள் - தியானம், அமைதி மற்றும் சத்தமில்லாத ஆழ்நிலை சிந்தனை - முதலியவற்றுடன் தொடர்புறுகிறது. யோகா என்பது இவ்விரு கொள்கையின் சமத்துவநிலை.

இடைக்கால வரலாற்று இந்தியாவில், புகழ் பெற்ற ஒன்பது ஆசான்கள் நவநாதர்களில் மிகவும் பிரசித்தி பெற்றவர்கள் இருவர் - தலைவர் மத்ஸ்யேந்திர நாதர் மற்றும் அவர் சீடர் கோரகநாதர். மத்ஸ்யேந்திர நாதரின் பெயர் மத்ஸ்யம் அல்லது மீனுடன் மூலம் கொண்டது, கோரக்நாதர் பெயர் கோரக் அல்லது பசு காப்பாளர் என்ற பொருள் மூலம் கொண்டது. இது உணர்த்துவது மத்ஸ்யேந்த்ர நாத் தாந்த்ரீக கொள்கையில் தொடர்புறுகிறார் (காட்டு நீதிக்கு உவமானமாக மீன், கட்டுப்பாடற்ற பால் உறவு, அமைதியற்ற பொருள் உண்மை, மாமிச உணவு); கோரக் நாதர் வேதக் கொள்கையுடன் தொடர்புறுகிறார் (நாகரீக நீதி குறிக்கும் பசு, கட்டுப்படுத்திய பால் உறவு, கட்டுப்படுத்திய பொருள் உண்மை மற்றும் மரக்கரி உணவு). இருவருமே ஆதி நாதரை - தத்தாத்ரேயரை தம் ஆசானாகக் கொண்டுள்ளனர். மத்ஸ்யேந்திர நாத் சன்னியாசிகளிடமும் தாந்த்ரீகர்களிடமும் பரிவு கொண்டார், கோரக் நாத் சம்சாரிகளிடம் / குடும்பத் தொடர்புடையவர்களிடம் பரிவுற்றார். ஞானேச்வர் கோரக் நாதரிடம் ஈர்க்கப்பட்டார், அவரின் மூத்த சகோதரர் மத்ஸ்யேந்திர நாதரிடம் ஈடுபாடுற்றார். இதனாலே தான், ஞானேச்வர் தன் சித்திகளுக்கு மேலாக பகவத்கீதை உரைக்காக அதிகம் நினைக்கப்படுகிறார். ஏனெனில் பகவத்கீதையை, கிருஷ்ணனின் கீதத்தை, பாமர மொழியில்/சாமானியருக்கும் புரியும் மொழியில் உரை பெயர்த்தார். இந்த கீதம் பொருள் வாழ்க்கையில் ஈடுபடும் போதே மக்களை ஆன்மீகத்தில் நிறுத்தியது.

படம் 6.25 கடவுள் கீதத்தைக் கிருஷ்ணன் பாடுவதைக் காண்பிக்கிறது. இது *மகாபாரதக்* காவியத்தில் காட்டப்படுகிறது. *மகாபாரதம்* சொத்திற்காக தாயாதியர் மக்களிடையே ஏற்பட்ட சண்டையை விவரிக்கிறது. கிருஷ்ணனின் அண்ணன் பலராமர், நிலத்துக்கான இந்த யுத்தத்தில் பங்கு கொள்ள மறுக்கிறார். இருப்பினும் கிருஷ்ணன், தேரோட்டியாக பணிசெய்து, அர்ச்சுனனை வெற்றிப் பக்கம் செல்ல உதவுகிறார். ஆனால் யுத்தம் தொடங்கும் சற்று முன், அர்ச்சுனன் நிலைகுலைகிறான், நிலத்திற்காக குடும்பத்தையும் நண்பர்களையும் கொல்லும்

யுத்தத்தினால் பயன் எதுவுமில்லை என்கிறான். *பகவத்கீதை கிருஷ்ணன் அவனுக்குச் சொன்னதின் உள்ளடக்கம் ஆகும்.* பொருள் உலகத்தோடு எவ்வாறு பங்குறுவது என்பதன் உரை அது. உலகம் மாறும் தன்மையது, எல்லாம் மாறுகிறது என கிருஷ்ணன் தெளிவுறுத்துகிறார். உலகம் மாறுகிறது, உடல் மரிக்கிறது. அழியாத ஆன்மா மட்டும் இருக்கிறது. உலக வாழ்க்கையின் அர்த்தமே இந்த ஆன்மாவை அறிவதாகும். வாழ்க்கையை வாழ்வதன் மூலமாகத் தான் அதை செய்ய முடியும். எவ்வளவுக்கெவ்வளவு மனிதன் ஆன்மாவை விட்டு விலகுகிறானோ அவ்வளவுக்கவ்வளவு குறைவான மனிதத் தன்மையுடன் இருக்கிறான் - மிருகத்தைப் போல் நடக்கிறான், அர்ச்சுனனுடைய தாயாதிகளான கௌரவர்களைப் போல், அதிகாரமும் ஆதிக்கத்தன்மையும் கொண்டு திரிகிறான். ஆன்மாவின் அறிவை மீண்டும் அடைய விரும்பினால், மனிதன் மிருக நடத்தையை விட வேண்டும். உலகத்தை ஆதிக்கம் செலுத்தும் ஆசையை ஒழிக்க வேண்டும், இன்னொரு வார்த்தைகளில் சொல்லப் போனால் கௌரவர்களை அழிக்க வேண்டும். பழிக்குப்பழி என்ற முறையில்லாமல், சமுதாய நன்மைக்காக பொறுப்புணர்வுடன், கௌரவர்கள் அழிக்கப்பட்டால், ஆன்மா உணரப்படும். ஒருவனின் புலன்களையும் மனதையும் கட்டுப்படுத்துதல், கடமையைப் பற்றற்றுச் செய்தல், பலனை கருதாமல் கடமையைச் செய்தல், ஆன்மாவில், நம்பிக்கை கொள்ளுதல் இவை தான் முக்கிய கருவாகும்.

பகவத்கீதையின் கருத்து கௌரவர்களைக் கொல்லுதல் அல்ல, போரைத் தோன்றச் செய்த உந்துதலை அழிப்பது. அன்பினால் அல்லாமல் அதிகாரத்திற்காக மனிதன் வேலை செய்வதால் போர் வருகிறது. உலகத்தின் மீது கொண்ட அக்கறைக்காக அர்ச்சுனன் போர் புரியாமல் இருக்க விரும்பவில்லை. தன் உருவத்தின் மீதும் எதிரியின் மீதும் அச்சமுற்றதால் அவன் போரிட விரும்பவில்லை. கிருஷ்ணன் அர்ச்சுனனை உலகத்தின் உண்மை நிலையை உரைத்து, ஆன்மா பொருள் பற்றி உணரக் கட்டாயப்படுத்துகிறார். சமுதாயம் எவ்வாறு சட்டத்தால் கட்டமைக்கப்படுகிறது. வலிமை படைத்தவன் வலிமை குன்றியவனை ஆதரிக்குமாறு உலகத்தைச் செய்ய எவ்வாறு சட்டங்கள் இயற்றப்படுகின்றன என்றெல்லாம் காண்பிக்கிறார். சட்டங்கள் தவறாகவும் திரித்தும் விடப்பட்டு, பலவீனர்கள் சுரண்டப்பட்டால், அப்போது காட்டு

நீதியே மேலோங்குகிறது. இதுதான் அதர்மம், மற்றும் மனிதன் மனிதத்துவத்தை நேசிக்கிறான் என்றால், அவன் அதர்மத்துக்கு எதிராகப் போராட வேண்டும். தர்மத்தை நிலை நாட்டப் போரிட வேண்டும். இதைத்தான் விஷ்ணு செய்கிறார். தர்மத்தைக் காக்க, காட்டு நீதியை வெல்ல, விஷ்ணு அவ்வப்போது இறங்கி வருகிறார். அவர் சிவனைப் போல தேவியைப் பாராது கண்ணை மூடிக்கொள்ள மாட்டார். அவர் கண்களைத் திறப்பார், அவளின் மாற்றத்தை அறிந்து கொள்வார், புன்னகையுடன் அவளிடம் விளையாடுவார்.

படம் 6.27 விஷ்ணு - கிருஷ்ணன் ஆயுதங்கள் தரிப்பதைக் காட்டுகிறது. ஒழுங்குமுறையையும் நிச்சயமான எதிர்பார்ப்பையும் ஏற்படுத்தக்கூடிய கருவிகள் இவ்வாயுதங்கள். தர்மத்தை மறுவிளக்கம் செய்து, பாதுகாத்து ஒவ்வொரு காலகட்டத்திலும் கட்டமைக்கிறார். இதன் மூலம் எல்லோருக்கும் அமைதி, உறுதி, வளமை கிடைக்கிறது.

விஷ்ணுவின் ரகசியம்

7
பிரம்மாவின் ரகசியம்
மனித வாழ்க்கை ஒரு சந்தர்ப்பம்

படம் 7.1
விஷ்ணுவின் நாபியிலிருந்து

சிவனையும் விஷ்ணுவையும், மூன்று தேவியர்களையும் நிறைய சொல்லியாயிற்று, பிரம்மாவைப் பற்றியோ? இங்குமங்குமாக, உதாரணத்திற்கு படம் 7.1ல் காட்டியபடி, மற்ற கடவுள்களுடன் காட்டப்படுகிறாரே தவிர, வேறொன்றுமில்லை. பிரம்மாவுக்காக பண்டிகையோ, சடங்கோ, வழிபாடோ எதுவுமில்லை. ஏன்?

இதைப் புரிந்துகொள்ள இரண்டு கேள்விகள் நம்மைக் கேட்டுக் கொள்ள வேண்டும். படைப்பவரை ஏன் இவ்வாறு மட்டும் அறிய ஆசைப்படுகிறோம்? காப்பவருக்கும் அழிப்பவருக்கும் உள்ள அந்தஸ்தை இந்து புராணத்தில் படைப்பவருக்கு ஏன் தரவில்லை?

'படைப்பவர்' என்ற வார்த்தையை உச்சரித்தாலே, விவிலியநூலை ஒரு மேற்கோள் புத்தகமாக எடுத்துக் கொள்கிறோம். அங்கு கடவுளே படைப்பவர் ஆனதால், இந்து உலகத்திலும் அவ்வாறே இருக்க வேண்டும் எனக் கொள்கிறோம். ஆனால் இந்து உலகத்தில், படைப்பு காரணத்துடன் நிகழ்கிறது, பிரம்மா அந்தக் காரணத்தை மறுக்கிறார், ஆகவே தான் வழிப்படத் தகுதியற்றவர் எனப் பறைச்சாற்றப்படுகிறார்.

வேதங்களில், கவிகள் 'ஏன் உலகம் இருக்கிறது' என ஆச்சரியப்படுகின்றனர். நிறைய சர்ச்சைக்குப் பிறகு, அவர்கள் முடிவுக்கு வந்தார்கள், 'நம்மை நாம் அறியவே உலகம் இருக்கிறது'. இந்த கொள்கை உபநிடதங்களில் விளக்கமாகச் சொல்லப்படுகிறது. ஆன்மாவை உணர, ஆதியான புருஷன் இரண்டாக வெட்டப்பட்டு, 'மற்றவன்' படைக்கப்படுகிறான். ஆக மற்றவன் ஆன்மாவை உணர இருப்பில் உள்ளான். இந்தப் புராணங்களில், இந்தக் கொள்கை கருத்துப்பொருள், பிரம்மாவின் கதை மூலம் விளக்கப்படுகிறது. அவரின் கதையைப் படிக்கும்போது, அர்த்தநாரியின் ரகசியத்தை (அத்தியாயம் 3) நினைவில் வைக்க வேண்டும் - அதாவது கடவுளும் தேவியும் - பால் மற்றும் பால் (ஆண்பால், பெண்பால் என்பது போல) இல்லாத கொள்கைகளின் வடிவங்கள், ஆண்வடிவம் பிரம்மா - ஆத்மாவைக் காண்பவரை, உள்ளிருக்கும் தெய்வீக ஆன்மீகத்தைக் குறிக்கிறது, பெண்வடிவம் (சதா ரூபம்) மற்றவற்றைக் குறிக்கிறது, காண்பதை, பொருள் தெய்வீகம் இல்லாததாக குறிக்கிறது.

பிரம்மா தான் யார் என அறிய உலகைப் படைத்தார். உலகம் ஒரு பெண், அவரின் படைப்பு, ஆக, அவரின் பெண். அவளிடமிருந்து கற்பதற்குப் பதில், பிரம்மா

பிரம்மாவின் ரகசியம்

பெண்கடவுள் தன்னை ஆதிக்கம் செலுத்த, கட்டுப்படுத்தக் கோருபவரை, வீழ்த்துகிறாள்.

மீசை முளைத்த ஆண்மை மிக்க தலைகள், பொருள் உண்மையை ஆதிக்கம் செலுத்தக்கோரும் ஆணவங்களைக் குறிக்கிறது. தன் வாழ்க்கையைக் கட்டுப்படுத்த முயலும் ஒருவரா, எண் 7.2 படத்தின்படி, தேவியின் காலால் நசுக்கப்பட்டுள்ள அசுரனா? இது எப்போதும் தெளிவாக்கப்படவில்லை.

படம் 7.2
தேவி, பெண் தெய்வம்

பைரவர் சிவனின் வடிவம்.

மீசை முளைத்த ஆண் தலை, ஆண் ஆணவத்தைக் குறிக்கிறது.

குழந்தையின் பைரவ வடிவம் அவரின் கள்ளங்கபடமற்ற மற்றும் தூய தன்மையை உணர்த்துகிறது.

நாய் பைரவரை சாதியினின்று புறத்தவராகக் காண்பிக்கிறது.

படம் 7.3
பைரவர், தேவியின் பயங்கரமான பாதுகாவ

தன் மகள் மீதே மையல் கொள்கிறார். தன் அப்பாவிற்கு மரியாதை செலுத்த அவரைச்சுற்றி அவள் வலம் வருகையில் அவர் நாற்திசையிலும் தலை நீட்டுகிறார், எனவே அவள் எங்கே என்று அவரால் பார்க்க முடிவதற்காக. அப்போது அவள் பசுவாக மாறுகிறாள்; பிரம்மா உடனடியாகக் காளையாக மாறுகிறார். அவள் பெண் வாத்தாக மாறியவுடன் அவர் ஆண் வாத்தாக மாறுகிறார். அதாவது, தன் உணர்வு யாவற்றையும் இழந்துவிட்டார். அவளைக் கட்டுப்படுத்த, வெல்வதற்காக அவர் உன்மத்தம் ஆகிறார், ஆகவே அவள் எந்தப் பெண் வடிவம் எடுத்தாலும் அதன் ஆண் வடிவமாக மாறிக்கொண்டே இருக்கிறார். அவள் பொருள் உண்மை, எப்போதும் ஒய்வில்லாதவள் என்பதை அவர் உணரவில்லை; அவள் சதரூபி, பற்பல வடிவங்கள் எடுப்பவள் என்பதை உணரவில்லை. அவள் பொருள், பிரக்ருதி. அவள் ஆக்கம், சக்தி. வாழ்வின் மிகப்பெரும் மயக்கம் - மாயத்தோற்றம்.

இவ்வாறு இருக்கும் பிரம்மாவை யார் வழிபட முடியும்? தன்னை அறிவதற்குப் பதில் பொருள் உலகத்தை விரட்டிச் சென்று கொண்டிருப்பவரை யார் வழிபட முடியும்? யார் இந்த பிரம்மா? படிக்கும் வாசகராகிய நீங்களா? எழுதுபவனான நானா? தன் வாழ்க்கையைக் கட்டுப்படுத்த முயலும் ஒருவரா, எண் 7.2 படத்தின் படி, தேவியின் காலால் நசுக்கப்பட்டுள்ள அசுரனா? இது எப்போதும் தெளிவாக்கப்பட்டதில்லை.

எது தெளிவாகச் சொல்லப்படுகிறது என்றால் சிவன் பிரம்மாவின் தலையைக் கொய்து, மண்டையோட்டைத், தண்ணீர் அருந்தும் பாத்திரமாகப் பயன்படுத்துகிறார். இவ்வாறு சிவா மண்டையோடு தாங்கிய காபாலிகன் ஆகிறார். பைரவனாகிய சிவன் பிரம்மாவின் காம எண்ணத்தை எதிர்க்கிறார். படம் 7.1ல் அவர் கள்ளங்கபடமற்ற குழந்தை 7.3ல் காட்டியபடி ஆண்மை வலுப்பெறும் முன்புள்ள, கள்ளங்கபடமற்ற பையன் அவர் பைரவர், தேவியின், அச்சங்கொள்ளத் தக்கப் பாதுகாவலர். அவருடைய கையில் உள்ளது பிரம்மாவின் ஐந்தாவது தலை. இந்த ஐந்தாவது தலை ஆணவமே - பொருள் உண்மையை கட்டுப்படுத்தக்கோரும் மனதின் ஒரு பகுதி. சிவன் என்னவெல்லாமாக இருக்கிறாரோ பிரம்மா அவ்வாறில்லை. பிரம்மா படைத்ததை சிவன் அழிக்கிறார். பிரம்மா காமத்தை, காமனை படைக்கிறார்; பிரம்மா யமனைப் படைக்கிறார்; பிரம்மா கர்மாவைப் படைக்கிறார்

பிரம்மாவின் ரகசியம் 165

படம் 7.4
சரஸ்வதி, அறிவின் தேவதை

- கர்மா மறுபிறவியின் சக்கரத்தைச் சுழற்றுகிறது; பிரம்மா ஆணவத்தைப் படைக்கிறார்; பிரம்மா மூவுலங்களையும் படைக்கிறார் - தனி, பொது மற்றும் மற்றவை எல்லாம். இவையெல்லாமே பிரம்மாவை வணங்கத் தகுதியற்றவர் ஆக்குகிறது.

வாழ்வின் அர்த்தமே ஆணவத்தை உணர்ந்து அதைக் கட்டுப்படுத்தல் - சிவனைப் போன்று அதை அழித்தல் அல்லது விஷ்ணுவைப் போன்று அதில் பற்றற்று இருத்தல். வாழ்க்கையிலிருந்து நாம் கற்றால் தான் இது நடக்க முடியும். இதை மனிதன் உணரும் வரை, நிறைய வாழ்க்கைகளில் அவன் செல்கிறான். ஆகவே தான் பிரம்மாவின் மனைவி சரஸ்வதி, படம் 7.4ல் காட்டியபடி, கல்விக்குரிய எளிய தேவதை, வெள்ளையாடை அணிந்து கொண்டு, கையில் புத்தகம், வீணை தரித்துக் கொண்டு, இந்த பெண் தெய்வம் சதையை வளர்ப்பதில்லை, போற்றுவதில்லை, மற்றும் உணர்ச்சிகளை கலக்குவதில்லை. லட்சுமியின் இருப்பு ஒருவனை பணக்காரனாகவும் அதிகாரம் மிக்கவனாகவும் ஆக்கலாம், துர்க்கையின் இருப்பு ஒருவனில் அச்சத்தையோ அன்பையோ நிரப்பும், ஆனால் சரஸ்வதியின் இருப்போ அமைதியையே கொணரும். அவள் உலகத்தின் அறிவு, அதிலுள்ள எல்லா தகவல்களும் அவளே; பயன்படுத்தினால் அவையாவும் இறுதியில் அறிவாக மாறக்கூடும். சில சமயங்களில் அவள் கொக்குடனோ பெரும்பாலும் அன்னத்துடன் சம்பந்தப்படுகிறாள். அல்லது பெண் வாத்துடனோ சம்பந்தப்படுகிறாள், அன்னமோ பெண் வாத்தோ நீரிலிருந்து பாலைப் பிரிக்கும் திறமை உடையதாக நம்பப்படுகிறது, மனதின் பகுத்துணர்வு சக்தியின் அடையாளமாக இருக்கிறது. அவளுடனும் கூட ஒரு மயில் சம்பந்தம் உறுகிறது. ஆனால் அது தன் இறக்கைகளைத் தன் அழகைக் காட்ட விரிக்கவில்லை, இது குறிப்பது என்னவெனில், எந்த (கல்வியையும் விஷயத்தையும்) உண்மையாக புரிந்து கொண்டால் அடக்கம் வரும்; அதிகமாகத் தெரியத்தெரிய, இன்னும் கற்க வேண்டியது எவ்வளவு என்று நீங்கள் உணர்கிறீர்கள்; தெரியாமை என்பதே உங்களைத் தேட வைத்து அதிகம் கண்டுபிடிக்க வைக்கும்.

இத்தன்மையே மனிதனைச் சிறப்பானவனாக ஆக்குகிறது. ஒரு மனிதன் என்பவன் இருப்பைப் பற்றி சிந்தனை செய்யவும் அதன் அர்த்தத்தை யோசிக்கவும் ஆசி பெற்றுள்ளான். இந்தச் சிந்தனையே தன்னை அறியச்

படம் 7.5
நவக்கிரகங்கள்

செய்கிறது. தன்னைச் சுற்றியுள்ள உலகத்தைப் பகுக்கவும் மதிப்பீடு செய்யவும் 'மனம்' என்பதை, மனிதர்கள் ஆசிகளாகப் பெற்றுள்ளதால் மனிதர்கள் 'மானவர்கள்' எனப்படுகின்றனர்.

இந்துக்கள் விதவிதமான எண்பத்திநாலு லட்சம் கருப்பைகளில் பிறந்து வந்த பிறகே ஒருவர் மானவராக, மனிதராக ஆகிறார் என்று நம்புகின்றனர். வெவ்வேறு வாழ்க்கைகளில் ஆன்மா பயணித்துக் கொண்டிருக்கும் போது, தன்னைப் பிறக்கும் நேரத்தில் வெவ்வேறு சரீரங்களால் அலங்கரித்துக் கொள்கிறது, மற்றும் இறக்கும் நேரத்தில் அச்சரீரங்களை உகுத்து விடுகிறது. இறப்பிற்கும் பிறப்பிற்கும் நடுவில் சரீரம் செயல் புரிகிறது. ஒவ்வொரு செயலுக்கும் எதிர்வினைகள் உண்டு. தன் சரீரத்தின் நடவடிக்கைகள் எழுப்பும் விளைவுகளை அனுபவிக்க ஆன்மா கட்டாயப்படுத்தப்படுகிறது. இதுதான் கர்மா. இதனால் தான் கர்மா எல்லாவற்றையும் தீர்மானிக்கிறது, இதில் நம் சரீரங்கள், நம் பெற்றோர்கள், நம் வாழ்வின் சந்தர்ப்பங்கள் எதுவும் நம் கட்டுப்பாட்டில் இல்லை.

ஆனால் மனித மனம், பிரம்மாவின் ஐந்தாவது தலையால் தாக்கப்பட்டு, சரீரம் அனுபவிக்கும் நிகழ்ச்சிகள் யாவுமே தன்னுடைய படைப்பே என்பதை உணர்வதில்லை. பழைய பிறவிகளில் செய்த செயல்களைப் பற்றி ஆணவம் எந்த நினைவும் வைத்திருப்பதில்லை. தானே படைத்த தன்னைச் சுற்றியுள்ள உலகத்திற்குப் பொறுப்பேற்க ஆணவம் மறுக்கிறது. இன்னொரு வார்த்தைகளில், உள்ளிருக்கும் தெய்வீகமான பிரம்மா, சுற்றியுள்ள உலகம், தேவதை, தன் சொந்தப் புதல்வியே என்பதை மறுக்கிறார். ஆகவே அவளை விரட்டி, கட்டுப்படுத்த முயல்கிறார். உலகத்தைக் கட்டுப்படுத்துவதன் மூலம், தன் இருப்பை நியாயப்படுத்த முடியும் என நம்புகிறார். அவரது கவனம் தன்னுள் உள்ள ஆத்மாவை விட்டு விலகி, வெளியிலிருக்கும் பொருளில் நங்கூரம் கொள்கிறது. ஆக வாழ்க்கையின் அர்த்தம் பொருள் சார்ந்த நன்மை தான் எனவும் ஆன்மீக நன்மை இல்லை என்றும் ஆகிறது. எல்லா செயல்களும் சடங்குகளும் பொருள் உலகத்தை மாற்ற இயற்றப்படுகிறது. பொருள் உலகத்தை மேலும் மேலும் இன்பகரமானதாக ஆக்க முயல்கிறது. பொருள் உலகத்தை எதுவாக இருக்கிறதோ அப்படியே ஒப்புக்கொள்ள மனதைப் பழக்குவதற்குப் பதில் அதன் மூலம் உள்ளிருக்கும் ஆன்மாவை உணர்வதற்குப்

படம் 7.6
வாஸ்து - புருஷா

பதில் - (தனக்கிசைவாக) பொருள் உலகத்தை இன்பகரமாக மாற்றவே முயல்கிறது.

இந்துக்கள், கர்மா என்பது ஒன்பது திவ்ய தேகங்களால், 'நவக்கிரகங்களால்' படம் 7.5படி வெளிப்படுத்தப்படுகின்றன என்றும் காலகதியை நிர்ணயிப்பது இவர்கள்தாம் என்றும் நம்புகின்றனர். தெய்வங்களாக இருப்பினும், இந்தக் கிரகங்கள் தங்கள் இச்சை என்ற எதுவும் கொள்வதில்லை. நம் வாழ்க்கைகளைக் குறிப்பிட்ட சமயத்தில், குறிப்பிட்ட காலகட்டத்திற்கு, நம்முடைய விதியில் எழுதப் பட்டுள்ளதைப் பொறுத்து, ஆதிக்கம் செலுத்துமாறு செய்யப்படுகின்றனர்.

வேதகாலங்களில், *ஜோதிட சாஸ்திரத்தை* ரிஷிகள் கொண்டு வந்தனர். இந்த ஒளியின் விஞ்ஞானம் என்பது ஜோதிடம் எனப்பட்டது. நம் வாழ்க்கையில் கிரகங்கள் நின்ற வெவ்வேறு நிலைகளை ஒருவர் கணிக்க முடியும். இது பிறந்த காலம் மற்றும் இடத்தைப் பொறுத்து அமையும். இது பிறகு நமக்கு என்ன வைத்துள்ளது என்பதை வெளிப்படுத்துகிறது. இவ்வாறாக தீமையை சமாளிக்கவும் நன்மைக்காகக் காத்திருக்கவும் நம்மால் முடிகிறது.

ஒரு வேளை *ஜோதிட சாஸ்திரம்* வெளிப்படுத்திய விதி தாம் விரும்பாதபடி இருந்தாலோ? ரிஷிகள் இதற்கும் உபாயம் நிவாரணம் வைத்துள்ளனர். சில ரத்தினங்கள் அணிவதால், சில மற்ற உச்சாடனங்களால், சில சடங்குகளால் ஒருவர் நம் வாழ்க்கையை ஆக்கிரமிக்கும் ஒரு குறிப்பிட்ட கிரகத்தின் தாக்கத்தை கூட்டவோ குறைக்கவோ முடியும். ஆகவே நம் எதிர்காலத்தையும் தீர்மானிக்க முடியும், வெறும் விதி மட்டும் அல்ல சுய ஈடுபாடும் இச்சையும் கூட செயலுறும்.

விதியின் விளைவுகளைத் தாக்கம் செய்யும் இன்னொரு வழி அண்டவெளியின் விஞ்ஞானம் அல்லது ஜியோமென்ஸி, ரிஷிகளால் அறியப்பட்ட *வாஸ்து சாஸ்திரம்*. பூமி இயற்கையிலேயே வட்ட வடிவமானது, எல்லைகளால் சமைக்கப்பட்டது, ஆனால் மனிதன் இருப்போ, ஒரு சதுரம் இந்த வட்டத்தில் பொருந்தியுள்ள சதுரம். மனிதன் வாழும் இந்த சதுரமே வாஸ்து புருஷன், இதன் சதுரத்தை சிறிய வடிவில் உடைக்க முடியும். ஒவ்வொரு திசையும் ஒரு கடவுளால், திக்குபாலர்களால் ஆளப்படுகிறது. சுவர்களை, சன்னல்களை, கதவுகளை மாற்றியமைப்பதன் மூலம், இந்தக் கடவுள்களின் சக்தியை,

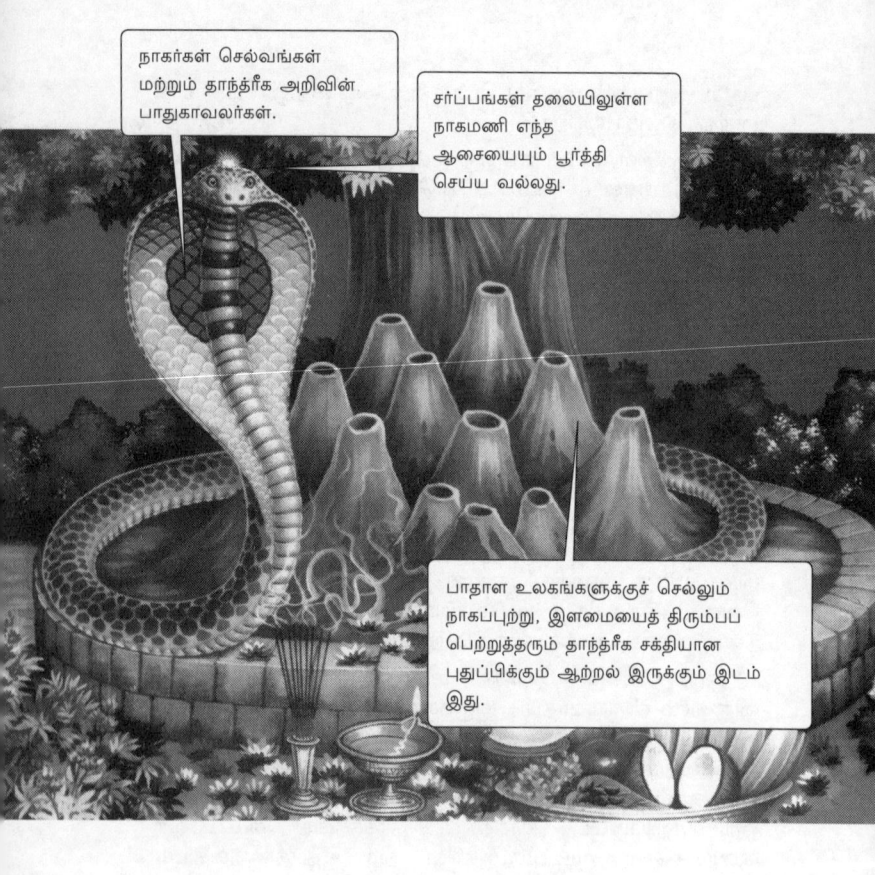

நாகர்கள் செல்வங்கள் மற்றும் தாந்த்ரீக அறிவின் பாதுகாவலர்கள்.
சர்ப்பங்கள் தலையிலுள்ள நாகமணி எந்த ஆசையையும் பூர்த்தி செய்ய வல்லது.
பாதாள உலகங்களுக்குச் செல்லும் நாகப்புற்று, இளமையைத் திரும்பப் பெற்றுத்தரும் தாந்த்ரீக சக்தியான புதுப்பிக்கும் ஆற்றல் இருக்கும் இடம் இது.

படம் 7.7
நாகர்

வீட்டிற்கு நன்மை செய்யும் வண்ணம் வேறுபடுத்தி அமைக்க முடியும். ஆக, விருப்பத்திற்கு ஏற்ப, ஒருவர் சடங்குகள் இயற்றி, நமக்கு விதி என்ன வைத்துள்ளதோ அதை மாற்ற முடியும்.

படம் 7.6 வாஸ்து புருஷரைக் காட்டுகிறது. வாஸ்து புருஷன் ஒரு அரக்கன். பூமியிலிருந்து எழுந்து வானத்தை மறைக்க முயன்றான். வெவ்வேறு கடவுள்கள் அவனை அடித்து வீழ்த்தினர். ஒவ்வொரு கடவுளும் அவ்வரக்கனின் ஒவ்வொரு முனையை வீழ்த்தியவாறே பிடித்து வைத்துள்ளனர். வடக்கு குபேரனால் ஆட்சி செலுத்தப்படுகிறது, இவர் கடவுள்களின் பொருளாளார்; தெற்கு மரண தேவன் யமனால் ஆட்சியுறுகிறது; கிழக்கு, மழைக்கடவுள் இந்திரனால் ஆளப்படுகிறது, மேற்கு வருணனால், கடலின் கடவுளால் ஆளப்படுகிறது; வடகிழக்குக்கு அதிபதி சோமன் எனும் சந்திரன்; தென்மேற்கின் அதிபதி சூரியன், 'ரவி' வடமேற்கின் அதிபதி வாயு, காற்று; தென்கிழக்கு அதிபதி அக்னி, நெருப்பு எதிர் எதிர் திசைகள் ஒன்றுக்கொன்று ஈடுசெய்கின்றன. இவ்வாறாக ஒரு சமநிலை பிரபஞ்சத்தில் ஏற்படுத்தப்படுகிறது. நடுவில் நிற்பது பிரம்மா, நாபியில் - மனிதனே, தன் உலகத்தின் மையமாகவே.

இடமும் காலமும் *வாஸ்து சாஸ்திரத்தால் சோதிட சாஸ்திரத்தால்* மாற்றியமைக்கப்படுகின்றன. பொருட் செல்வம் பெருக, அதிர்ஷ்டம் வரவழைக்க, விளைச்சல் பெருக, வீடு செழிக்க - இவ்வாறு செய்யப் படுகிறது. கிரகங்களையும் திக்பாலகர்களையும் நோக்கிய சடங்குகளும் பிரார்த்தனைகளும் ஆன்ம விழிப்புணர்வு போன்ற ஆன்ம லட்சியத்தை நாடுவதில்லை.

பொருட்செல்வம் பாதாள உலகங்களிலிருந்து வருகின்றது. பயிர்கள் நிலத்தின் கீழிருந்து வருகின்றன, கனிமங்களும் நிலத்தடியிலிருந்து வருகின்றன, நீரும் நிலத்தடியிலிருந்து வருகிறது. ஆகவே இந்துத்துவத்தில் பூமிக்குக் கீழ்வாழும் பிராணிகள் மிகவும் அதிகமாக மதிக்கப்படுகின்றன. சிறப்பான முக்கியத்துவம் ராஜநாகங்களுக்கு, 'நாகர்கள்' எனப்படும் படமெடுத்த சர்ப்பங்களுக்கு, அதுவும் குறிப்பாக ஒதுக்கப்பட்ட புற்றுகளில் வாழ்பவைகளுக்கு வழங்கப்படுகின்றது. இவைகள் (புற்றுகள்) இயற்கையின் படைப்பாற்றல் மந்திரசக்தி மறைந்துள்ள பாதாள உலகங்களுக்கு நுழைவாயில்கள் என்றும் அறியப்படுகின்றன. நாகர்கள்

பிரம்மாவின் ரகசியம்

சோதிட சாஸ்திரத்திலுள்ள ஒன்பது கிரகங்கள், இவர்களின் ஆகாயத்தில் உள்ள இருப்பு, அதிர்ஷ்டத்தை இலக்குகிறது.
குபேரன், அளகாபுரியின் அரசன், அளகாபுரி வடக்கிலுள்ளது.
லட்சுமி குபேரனின் சகோதரியாகச் சொல்லப்படுகிறாள்.
கொழுத்த, தடித்த யட்சர்கள் செல்வங்களைக் காப்பவர்கள்.
குபேரனின் மனைவி நிதி எனப்படுகிறாள், செல்வங்களின் தேவதை.
குபேரனின் கீரிப்பிள்ளை ரத்தினங்களை உமிழ்கிறது.
இந்தக் குதிரை அசுர குருவான சுக்ரனைக் குறிக்கிறது. அசுரர்கள் லட்சுமியின் பாதுகாவலர்கள் எனப்படுகின்றனர்.
லட்சுமி, நீரின் கடவுளான வருணனின் பெண், படத்தில் உள்ள மீன் இதைக் குறிக்கிறது.

படம் 7.8
குபேரர்

தங்கத்தாலும் ரத்தினத்தாலும் செய்யப்பட்ட போகவதி என்றும் நகரத்தில் வசிப்பதாகக் கூறப்படுகிறது. சாஸ்வதம் தரும் அமிர்தம் வைத்துள்ள புல் மேல் இந்நாகங்கள் உழன்றதாக நம்பப்படுகிறது. இதனாலேயே தம்முடைய பழைய உடம்புத் தோலை உரித்து எரிந்து விட்டு புதுத்தோலை இவர்கள் ஆக்கிக்கொள்ள முடிகிறது எனவும் சொல்லப்படுகிறது. இதனால் இவர்கள் புதுப்பித்தலுக்கும் புது வடிவமைத்தலுக்கும் படைப்பிற்கும் உள்ள சக்தி வடிவங்களாகக் கருதப்படுகின்றனர்.

சில நாகர்கள், 7.7 படத்திலுள்ளது போல், ஒரு ரத்தினத்தை தத்தம் தலைகள் மேல் வைத்துள்ளதாகச் சொல்லப்படுகிறது. இந்த ரத்தினம் அல்லது நாகமணி, எந்த கனவையும் நனவாக்கவும், எந்த இச்சைக்கும் வடிவம் தரவும் செய்யவல்லது. ஆகவே, எல்லோரும் இதை விம்புகிறார்கள். மறுபடியும், நாகமணி மேல் உள்ள ஆசையும் நாகருடைய ஆசிகளும் அதிர்ஷ்டத்தை நாடும் ஆசையில் இருந்து தோன்றுகிறது. விதி தங்களுக்கு அதிர்ஷ்டம் தரவில்லை என்ற கூற்றை ஒப்புக் கொள்வதில் இந்துக்கள் திருப்தி அடைவதில்லை - நாகரை வழிபடுவதன் மூலம் விதி தர மறுத்ததை ஒருவர் அடைய முடியும் என நம்புகிறார்கள்.

படம் 7.8 நமக்கு இன்னுமொரு சாராரை - யக்ஷர்கள் எனப்படுவர்களை அறிமுகப்படுத்துகிறது. நாகர்கள் பூமிக்கடியில் வாழ்க்கையில் யக்ஷர்கள் வடக்கே இமையத்திற்கு அருகிலுள்ள அழகாபுரியில் வாழ்கிறார்கள். இங்கே எல்லாவித செல்வங்களையும் பதுக்கியுள்ளார்கள். நாகர்கள் இயற்கைச் செல்வங்களான தாவரங்கள் மற்றும் குழந்தைகளுடன் சம்பந்தப்பட்டிருக்கையில், யக்ஷர்கள் உலோகங்கள், ரத்தினங்களுடன் சம்பந்தப்பட்டுள்ளனர். நாகர் பெண்கள் மற்றும் யக்ஷப் பெண்கள் அபாயகரமான அளவுக்கு கவர்ச்சியுடையவர்கள் எனப்படுகிறது. யக்ஷ ஆண்கள் குள்ளமாக, குண்டாக, வடிவுக் குறையுடன் இருப்பர். அவர்களின் அரசன் குபேரன் கதை இவ்வாறு செல்கிறது, ஒரு காலத்தில் குபேரன் தெற்கில் ஒரு நகரம் வைத்திருந்தான், அது இலங்கை எனப்பட்டது. ஆனால் குபேரன் சகோதரன் ராவணன், ராட்சதர்கள் எனும் இன்னொரு சாரார்களின் படையை நடத்திக் கொண்டு, குபேரனை தெற்கிலிருந்து வடக்கிற்கு விரட்டி விட்டான். குபேரன் கடவுள்களின் பொருளாளர். அவர் செல்லப்பிராணி கீரிப்பிள்ளை. இந்த கீரிப்பிள்ளை

நாரதர் விரதத்தின் மகிமையை விளக்கி, கதைகள் சொல்கிறார்.

விரதத்தை அனுசரிக்கும் வியாபாரியின் சந்தோஷமான வீடு.

அம்மாவும் பெண்ணுமாக இருக்கும் துன்பப்படும் ஆன்மாக்கள் சத்யநாராயணனின் கதையைச் சொல்கின்றனர், விரதத்தை ஏற்கின்றனர்.

சத்யநாராயண விரதத்தை மறந்ததால் சட்டச் சிக்கல்களைச் சந்திக்கும் பக்தர்கள்.

பானை மேல் உள்ள தேங்காய், இந்துத்துவத்தில் உள்ள தெய்வீகத்தின் அடையாளம்.

படம் 7.9
சத்யநாராயண விரதம்

கணவனுக்காகக் காத்திருக்கும், நாத்தனார்களால் (கணவன் சகோதரிகளால்) சித்திரவதைக் குள்ளாகும் மனைவி.

உலகத்தில் செல்வம் ஈட்டுவதற்காக, மனைவியைப் பிரிந்த கணவன்.

சந்தோஷிமாதா பிரார்த்தனை முடிந்தபிறகு குழந்தைகள் உணவு அளிக்கப் படுகின்றனர்.

படம் 7.10
சந்தோஷி மாதாவிரதம்

பாம்பிற்கு விரோதமானது. நாகர்களுக்கும் யக்ஷர்களுக்கும் உள்ள பகைமையை இது உணர்த்துகிறது. நாகர்கள் செல்வத்தைப் படைக்கிறார்கள், யக்ஷர்கள் பதுக்குகிறார்கள்.

ஜோதிட சாஸ்திரம், வாஸ்து சாஸ்திரம் மற்றும் நாகர்கள், யக்ஷர்களை வழிபடுவது எல்லாமே காலத்தின், இடத்தின் சக்திகளை விருப்பப்படி இயக்கி அதிர்ஷ்டத்தை ஒரு குறிப்பிட்ட திசையில் பொழிய வைக்கும் முயற்சிகள் ஆகும். இந்த இரு விஞ்ஞானங்களுமே மனிதன் தன் விதியைக் கட்டுப்படுத்தி மாற்ற முடியும் என ஏற்றுக் கொள்கின்றன. ஆனால் உலகத்தை ஆளும் இன்னொரு சக்தியை அடிப்படையாகக் கொண்ட மற்ற சடங்குகள் உள்ளன - ஆசை. ஆசையே பிரம்மனை முதலில் தேவியை விரட்டிச் செல்லுமாறு உந்தியது. தன் ஆசையால், அவர் அவளின் வடிவை மாற்றினார். இவ்வாறாகவே, ஆசை மூலம், மனிதன் உலகத்தை மாற்ற முடிகிறது. மேம்பட்ட நல்வாழ்க்கைக்கான ஆசையே, விரதங்கள் எனப்பட்ட பல்வேறு சடங்குகளில் வெளிப்படுகின்றன.

படம் 7.9 சத்யநாராயண விரதத்தையும் படம் 7.10 சந்தோஷிமாதா விரதத்தையும் குறிக்கிறது. சத்யநாராயண விரதத்தை எந்த நாளும் கடைப்பிடிக்கலாம், ஆனால் கணவன் மனைவியர் இருவரும் ஏற்க வேண்டும், சந்தோஷி மாதா விரதத்தை பெண்கள் வெள்ளிக்கிழமைகளில் மேற்கொள்ளலாம். முதல் சொன்ன விரதம், வீட்டில், குடும்பத்தில் சந்தோஷம், நல்லதிர்ஷ்டம் மற்றும் தேக ஆரோக்கிய குறிக்கோளுக்காக ஏற்பட்டது; இரண்டாவது, துரதிர்ஷ்டம் முடியவும், பெண்கள் திருமணம் மற்றும் மகப்பேறு பெறவும் மேற்கொள்ளப்படுகிறது. சத்யநாராயண விரதத்தில் ஒரு புரோகிதரின் குறுக்கீடு - உதவி தேவைப்படுகிறது. சத்யநாராயண விரதத்தில் அவ்வாறில்லை. சத்யநாராயணர் விஷ்ணுவின் வடிவமாகப் பார்க்கப்படுகிறார், சந்தோஷிமாதா சக்தியாக பேசப்படுகிறாள்.

விசித்திரமாகவே, இரண்டு தெய்வங்களின் பெயர்களும் வழக்கமான சாத்திரங்களில் - கோயில் சடங்குகள் பற்றிக் குறிப்பிடும் ஆகமங்களில் இல்லை. இரண்டு விரதங்களுமே குடும்பத்தாரும் குடும்பப் பெண்களும் குடும்பப் பிரச்சனைகளைத் தீர்க்க மேற்கொள்ளப்படுகின்றன. சத்யநாராயண விரதம் விஷ்ணுவின் ஆயிரம் நாமாக்கள் உச்சரிப்பதாலும், ஒவ்வொரு முறையும் ஒரு துளசி இலை

படம் 7.11
விஷ்ணு யானைகளின் அரசனை விடுவித்தல்

அர்ச்சிப்பதாலும் செய்யப்படுகிறது. இந்த நாமத்தைத் திரும்பத்திரும்பச் சொல்வதன் மூலம், தம்பதியரின் தீர்மானம் உணர்த்தப்படுகிறது, கடவுள் இயக்கப்பட்டு, ஒருமுனைப்போடு இருக்கும் தம்பதிகளின் ஆசைகளைப் பூர்த்தி செய்கிறார். சந்தோஷிமாதா விரதத்தில், ஒவ்வொரு வெள்ளியும் பெண் ஒரு வேளை தான் சாப்பிடுகிறார், பொட்டுக்கடலையும் வெல்லமும் நைவேத்யமாக தேவிக்கு அளிக்கிறார், உணவில் உப்பு புளி முதலியவற்றையும் சேர்ப்பதில்லை. இந்த சிறப்பு ஆகார மேற்கொள்ளலால், பக்தரின் (பெண் பக்தரின்) எண்ணம் வெளிப்படுத்தப்படுகிறது; தேவியை, பெண் பக்தரின் விதியை மாற்றச் செய்கிறது.

இந்த இரண்டு விரதங்கள் பற்றியும் கதைகள் சொல்லப்படுகின்றன. வியாபாரிகள் தத்தம் தேவதைகளை மதிக்காமல் விடும்போது துரதிர்ஷ்டம் தாக்குவதையும் மற்றும் மறுபடியும் உரிய மரியாதை கொடுத்து பூசையிடும் போது அதிர்ஷ்டத்தைத் திரும்பப் பெறுவதையும் கதைகள் சொல்லுகின்றன. இந்த சடங்குகள் யாவும் எளிமையானவை, தெய்வங்களை இயக்கும் நோக்கம் உடையவை, வரிசையாக சொல்லப்பட்ட பட்டினி இருத்தல், தன்னை மாற்றத்துக்கு உட்படுத்துதல், திவ்யகதைகள் கேட்டல், பாட்டுப்பாடல், இரவு முழுதும் கண் விழித்தல், புனித தலங்களுக்கு யாத்திரை செல்லல், மற்றும் புனித குளங்களில் நதிகளில் குளித்தல் முதலிய செயல்களால் ஒருவருடைய ஆசையை வெளிப்படுத்துகிறது. ஒரு தேவனிடமிருந்து, மேலான கடவுளிடமிருந்து, ஒரு தேவதையிடமிருந்து ஒரு மாபெரும் தேவியிடம் இருந்து வரமும் ஆசியும் கோருவது நல்லதாகக் கருதப்படுகிறது, மற்றும் விதியின் நிச்சயமற்ற தன்மையை மாற்றும் சிறப்பு வழியாகிறது.

இந்துத்துவத்தில் உள்ள சாதாரண மனிதனுக்குரிய சடங்குகள் தெளிவாகவே, எளிமையான பொருள் இன்பங்களின் மேல் உள்ள பெரிய முனைப்பைத் தெளிவாக்குகின்றன. ஆனால் சாத்திரங்கள் சொல்வதோ 'பொருள் உலகம் வழிகளாக இருக்க வேண்டுமே தவிர, வாழ்க்கையின் லட்சியமாகவே ஆகிவிட கூடாது' என்பதாகும். பொருள் உலகம் என்பதே தவிர்க்க முடியாது, இறுதியில் துக்கத்தையே தரும், ஏனெனில் அதுதான் அதன் இயற்கை - அடிக்கடி எப்போதும் மாறிக்கொண்டே இருப்பது. துன்பங்கள் யாவுமே

குரங்கு உருவம் நிலைகொள்ளாத மனதைக் குறிக்கிறது.
மலையைச் சுமக்கும் அனுமானின் திறமை எந்தப் பிரச்சினையும் தீர்க்கும் மனதின் சக்தியைக் காட்டுகிறது.
அனுமானின் இதயத்தில் காணும் ராமனின் வடிவம் அவரின் முழு பக்தியைக் காட்டுகிறது.
அனுமான் இடுப்பில் அணிந்திருக்கும் அரைத்துணி ஒரு கட்டுப்பாட்டின் அடையாளம்.

படம் 7.12
அனுமான்

வாழ்க்கையின் உண்மையான குறிக்கோளுக்கு நம்மை அழைத்துச் செல்லும் அடையாளக் கம்பங்கள், இதுதான் பிரம்மாவின் அசல் நோக்கம் - அவன் தன் பல தலைகளை விரித்து விடுவதற்கு முன் இருந்த நோக்கம் - ஆன்மாவை உண்மையாக அறியும் நோக்கம்.

படம் 7.11ல் விஷ்ணு ஒரு யானையை முதலையின் வாயிலிருந்து தப்புவிக்கிறார். இந்த யானை தான் மனிதன், பொருள் உலகில் மயங்கியவன். வாழ்க்கையின் குறிக்கோளே பெயர், புகழ், செல்வம், பதவி, அதிகாரம் என்பதே என நினைத்துத் தன்னை மூழ்கடித்துக் கொள்கிறான். ஆகவே தாமரைக்குளத்தை ஆனந்திக்கும் யானை போலவே நடந்து கொள்கிறான், இதனால் யானை போல் முதலையின் வாயில் சிக்குகிறான். பொருள் உலகத்தில் இத்தகைய இன்பங்களை (பெயர், புகழ், பதவி, அதிகாரம், செல்வம்) ஒருவன் கோரும் போது விளையும் வலி, வேதனை, துயரத்தை முதலை குறிக்கிறது. தவிர்க்க முடியாத எரிச்சல், செல்லாமை (தகவு இல்லாமை), கோபம் மற்றும் இழப்பை நினைத்து வருந்துதல் முதலியன. இந்த எல்லா வலி, துயரத்திலிருந்து விடுதலை பெற, ஒருவன் தன் சுயபலத்தையே சார்ந்திருக்க முடியாது. அகங்காரத்தைவிட மேலானதான சக்தியை ஒருவர் உணர்ந்து, நம்பிக்கை கொள்ள வேண்டும்.

இந்த சக்தி தான் கடவுள், உள்ளிருக்கும் தெய்வீகம். இந்தப் படத்தில், அது விஷ்ணுவாக வெளி வருகிறது. ஆக, எல்லா மனிதர்களுக்கும் ஒரு தேர்வு உள்ளது - ஒன்று நம் மிருக இயற்கைக்கு அடிபணிதல் - உலகத்தை அடக்கியாள நினைக்கும் நம்முள் உள்ள மிருகத்திற்கு அடிபணிதல் - இந்த மிருகம் தன் பலத்தையும் தந்திரத்தையும் மட்டுமே பயன்படுகிறது - தான் வாழ, தான் செயலுருதல் மட்டுமே; ஆனால் நமக்குள் உள்ள வெற்றிடத்தை நிரப்புவதில்லை - அல்லது மிருக இயற்கையை வென்று நம்முள் இருக்கும் தெய்வீகத்தைத் தேடுவதில்லை, பாசத்தால் அன்பால், புரிதலோடு உலகத்தைத் தொடர்பு கொண்டு திருப்தி தேடுவதில்லை. இந்தக் கொள்கை 7.12 படத்தின்படி நன்கு விளக்கம் உறுகிறது. இதில் அனுமன், விலங்காய் இருந்தாலும், தேவனாகவும் மேலான கடவுளாகவும் காண்பிக்கப்படுகிறார்.

அனுமான் சங்கட மோட்சன் எனப்படுகிறார் - அதாவது பிரச்சினைகளைக் களைபவர். ராமனின் எல்லா பிரச்சினைகளையும் அவர் தீர்த்தது போல தத்தம்

வாழ்க்கையின் எல்லா பிரச்சினைகளையும் அவர் அழித்து விடுவார் / தீர்த்து விடுவார் என்று மக்கள் அவரை வழிப்படுகின்றனர். சனிக்கிரகத்தின் கடவுளான சனியை, காரியங்களைத் தாமதப்படுத்தும் கடவுளை, வெற்றி கொள்ளும் கடவுளாக அனுமான் இருக்கிறார். பொருட்களை மறைக்கும் கிரகணங்களின் அதிபரான ராகுவை வெல்லும் கடவுளும் அவரே.

பொதுவாகக் குரங்குகள் நிலைகொள்ளாத, விசித்திர மனதைக் குறிக்கின்றன. அனுமான் கடவுள் மீதே முனைப்பாய் உள்ள ஓர் மனம். ராமன், கடவுளாக, அனுமானின் இதயத்தில் வசிக்கிறார். இந்த கடவுள் நம்பிக்கை அனுமனை மிகுந்த சக்தியுடையவராய் ஆக்கியுள்ளது. வாழ்க்கையின் நிச்சயமற்ற தன்மைகளை வெற்றி கொள்ள உதவுகிறது. பொருள் உண்மையை மாற்றாமல், அதனுடன் பொறுமையாய் இருப்பதற்கு அது அவருடைய சுயவிருப்பத்தைப் பயன்படுத்த உதவுகிறது. அனுமான், விலங்காயிருப்பினும் கூட, நிறைய மனிதர்களை விட மேம்பட்டவர். சுயநலம் இல்லாமல் அவர் ஒவ்வொருவருக்கும் உதவுகிறார், பதவி கேட்கவில்லை. கடவுள் மீதுள்ள தன் அன்பில் பூர்ண திருப்தியுடையவராய் உள்ளார், மனித இனம் மீதுள்ள அன்பாக அது பரிமளிக்கிறது. அவர் (பாலின கவர்ச்சியற்ற பிரம்மசாரியாக வர்ணிக்கப்படுகிறார், அதாவது பிரம்மாவைப் போல் இல்லை - தேவியைக் காமத்துடன் தொடர்வதில்லை. அவருக்கு ஆசைகள் இல்லை, தன் விதியை ஏற்கிறார். படம் 6.18ல் உள்ளது போல் அவர் சீதா, ராமரின் பாதங்களின் அருகில் உள்ளார், தேவி மற்றும் கடவுளுக்குப் பணி செய்வதில் திருப்தி உடையவராய் இருக்கிறார், அதாவது பொருள் மற்றும் ஆன்மீக உண்மை சேவையில் திருப்தியுடைவராகிறார்.

ஒரு குரங்கு தேவனாக ஆக முடியுமானால், மனிதனாலும் முடியும். ஆக, போற்றப்படாத வணங்கப்படாத கடவுளான பிரம்மாவுக்கும், இன்னும் நம்பிக்கையும் சந்தர்ப்பமும் உண்டு (கடவுளாக மதிக்கப்படுதலில்).

நன்றி

இந்த புத்தகம் வர உதவிய எல்லோருக்கும் நான் நன்றி சொல்லக் கடமைப்பட்டுள்ளேன், கீழ்கண்டவர் உள்பட.

- தைய்வத் சாயா, தன் சொந்த வேலை போல, புத்தக வடிவமைத்தவர்.

- ராகுல் சுந்தர், படங்களைத் திரட்ட எனக்கு உதவியவர்.

- டாக்டர் சதீஷ் ரெட்டி, சென்னை, படங்களைத் திரட்ட எங்களுக்கு உதவியவர்.

- ஜனார்தன் சதோஸ், என் தொகுப்பிலுள்ள எல்லா படங்களையும் கவனமாக ஸ்கேன் செய்தவர்.

- தீப்தி தல்வார், என் ஆசிரியர், இந்தச் சந்தர்ப்பம் அளித்து, முழு படைப்பு சுதந்திரம் அளித்தவர்.